பேரழிவுகள் - 3
(காற்று)

ஜெகாதா

Title
Peralivugal - 3
(Air)
Jakatha
ISBN: 978-93-6666-412-5
Title Code : Sathyaa - 126

நூல் தலைப்பு
பேரழிவுகள் – 3
(காற்று)

நூல் ஆசிரியர்
ஜெகாதா

முதற்பதிப்பு
டிசம்பர் 2024

விலை : ₹ 230

பக்கம் : 189

Printed in India

Published by
Sathyaa Enterprises
No.134, First Floor,
Choolaimedu high road, Choolaimedu,
Chennai - 600 094.
044 - 4507 4203

Email
sathyaabooks@gmail.com

உள்ளே...

1.	காற்று	5
2.	சுழல் காற்றின் வேகமும் பரவலும்	11
3.	மரணத்தின் வாசலும் காற்று மாசுபாடும்	15
4.	புயல்கள்	19
5.	புயலுக்கு என்ன பெயர் சூட்டுவது?	22
6.	சூறாவளிக்கு பெயரிடுதல்	26
7.	வெப்ப மண்டல சூறாவளி	29
8.	பருவநிலை மாற்றத்தால் பாதிக்கப்படும் நாடுகள்	37
9.	வளிமண்டல இயக்கம்	40
10.	வெப்பமண்டலச் சேய்மைப் புயல்	50
11.	ஐரீன் சூறாவளி	53
12.	அமெரிக்க தெற்குப்பகுதி சூறாவளி	56
13.	உசாகி சூறாவளி	58
14.	சூறாவளி நர்கீஸ்	60
15.	2000 இலங்கைச் சூறாவளி	61
16.	சூறாவளி ஆண்ட்ரூ	63
17.	இனிகி சூறாவளி	66
18.	சூறாவளி குஸ்டாவ்	68
19.	போபால் விஷவாயு பேரழிவு	70
20.	காற்று மாசுபாடுக்கு எதிரான புகார்	81

21.	காற்று மாசுபாடு குற்றங்களும், தண்டனைகளும்	84
22.	மத்திய மாசுக்கட்டுப்பாட்டு வாரியம்	88
23.	கருதியதைவிட காற்று மாசுபாடு அபாயகரமானது	90
24.	உலகைத் தொடரும் தொற்றுநோய்கள்	93
25.	ஆதாரங்களும் ஆபத்துகளும்	98
26.	ஒகி புயல்	101
27.	புரேவி புயல்	112
28.	ஹூத்ஹூத் புயல்	116
29.	1970 போலா புயல்	118
30.	பெய்ட்டி புயல்	120
31.	குலாப் புயல்	122
32.	நிசர்கா புயல்	124
33.	ஆம்பன் புயல்	127
34.	தானே புயல்	131
35.	மாண்டோசு புயல்	133
36.	ரோனு புயல்	135
37.	1999 ஒடிசா புயல்	137
38.	உயிரியல் போர்முறை	139
39.	ஹிரோசிமா நாகசாகி அணுகுண்டு வீச்சு	143
40.	வேதிப் போர்	146
41.	உயிரினங்களுக்கு பெருங்கேடு விளைவிக்கும் கதிரியக்கம்	148
42.	இந்தியாவின் விண்வெளிக் குப்பைகள்	155
43.	இயற்கைப் பேரிடர் என்ன செய்யும்?	159
44.	இயற்கையின் அழிவு மனிதகுலத்தின் அழிவு	184

1. காற்று

காற்று என்பது வளிமங்கள் பெருமளவில் ஓரிடத்தில் இருந்து இன்னோரிடத்துக்கு நகரும் நிலையைக் குறிக்கும். புவியைப் பொறுத்தவரை, வளிமண்டலத்தில் வளிமம் பெருமளவில் நகரும் போது காற்று எனப்படுகிறது. விண்வெளியில் சூரியனில் இருந்து வளிமங்கள் அல்லது மின்னேற்றம் அடைந்த துகள்கள் வெளியேறி வெளிக்குள் செல்வது சூரியக் காற்று எனவும், கோள்களில் இருந்து நிறை குறைந்த வளிமத் தனிமங்களின் வெளியேற்றம் கோட்காற்று எனவும் அழைக்கப்படுகின்றன.

தமிழில் பொது வழக்கில் வளி, காற்று என்னும் இரண்டு சொற்களையும் ஒரே பொருளில் பயன்படுத்துவது உண்டு. எனினும் அறிவியலில் இவை வேறுவேறான பொருள் கொள்ளப்படுகின்றன.

தட்பவெப்பவியலில், காற்றுக்களை அவற்றின் வலு, எத்திசையில் இருந்து வீசுகிறது ஆகியவற்றின் அடிப்படையில் குறிப்பிடுவது வழக்கம். குறுகிய நேரம் நிலைக்கும் மிகவும் வேகமாக வீசும் காற்று வன்காற்று எனப்படும். ஏறத்தாழ ஒரு நிமிட நேரம் போன்ற இடைத்தரக் கால அளவுக்கு வீசும் பலமான காற்று பாய்புயல்

எனப்படுகின்றது. நீண்ட நேரத்துக்கு வீசும் பலமான காற்று பல பெயர்களில் குறிப்பிடப்படுகின்றது. புயல், சூறாவளி போன்ற பெயர்கள் இவ்வாறான காற்றுக்களுக்கு வழங்கும் பெயர்கள் ஆகும்.

தமிழிலும் பண்டைக் காலத்திலிருந்தே வெவ்வேறு திசைகளில் இருந்து வீசும் காற்றுகளுக்குத் தனித்தனியான பெயர்கள் இட்டு அழைக்கும் வழக்கம் இருந்துள்ளது.

வாடை - வடக்கில் இருந்து வீசும் காற்று

தென்றல் - தெற்கில் இருந்து வீசும் காற்று

கொண்டல் - கிழக்கில் இருந்து வீசும் காற்று

கச்சான் (காற்று) - மேற்கில் இருந்து வீசும் காற்று

இந்த அடிப்படையில் தென்மேற்கில் இருந்து வீசும் காற்று சோழகக் கச்சான் என்றும், தென்கிழக்கில் இருந்து வீசும் காற்று சோழகக் கொண்டல் என்றும் பெயர் பெறுகின்றன. தெற்கில் இருந்து வீசும் மென்மையான காற்றைத் தென்றல் என்பர்.

காற்றுக்கள் பல்வேறு வகையாகப் பல்வேறு மட்டங்களில் உருவாகின்றன. நிலப்பகுதிகள் வேறுபட்ட அளவுகளில் சூடாவதன் காரணமாக சிறிய நிலப்படுதிகளில் வீசும் காற்று உருவாகின்றது. கடல், நிலம் என்பவற்றின் வேறுபாடான சூடாகும் தன்மை காரணமாகவும் கடலிலிருந்தும், நிலப் பகுதியிலிருந்தும் மாறிமாறிக் காற்று வீசுவதைக் காண முடியும். இத்தகைய காற்றுக்கள் சில மணி நேரங்களுக்கு வீசுகின்றன. புவியின் வேறுபட்ட தட்பவெப்ப வலயங்கள் வேறுபட்ட அளவில் சூரிய ஆற்றலை உறிஞ்சுவதன் காரணமாக உலகு தழுவிய அளவில் காற்றோட்டங்கள் ஏற்படுகின்றன. பெரிய அளவில் காற்றோட்டம் ஏற்படுவதற்கான காரணங்கள் இரண்டு. நிலநடுக்கோட்டுப் பகுதிகளும், துருவப் பகுதிகளும் சூரியனால் வேறுபாடான அளவில் சூடாக்கப்படுவது ஒரு காரணம். புவி சுழல்வதன் காரணமாக ஏற்படும் காற்றோட்டம் இன்னொன்று. இது கொரியோலியசின் விளைவினால் ஏற்படுகின்றது. வெப்ப வலயப் பகுதிகளில், தாழ் வெப்பம் காரணமாக சமநிலங்களும்,

மேட்டுநிலப் பகுதிகளும் பருவப்பெயர்ச்சிக் காற்றோட்டங்களை ஏற்படுத்தலாம். கடற்கரையோரப் பகுதிகளில் கடற்காற்று நிலக் காற்றுச் சுழற்சிகள் குறித்த பகுதிகளின் காற்றோட்ட நிலைமை களுக்குக் காரணமாகின்றன. வெவ்வேறு விதமான தரையமைப்புக் களைக் கொண்ட பகுதிகளில் மலைக் காற்று, பள்ளத்தாக்குக் காற்று என்பன அப்பகுதிகளின் காற்றோட்டங்களைத் தீர்மானிக்கின்றன.

காற்று வீசும் வேகமும் அதன் திசையும் வானிலை எதிர்வு கூறல் களைப் பெறுவதில் முக்கியமுடையதாகும்.

காற்றுத் திசை எனப்படுவது அது எங்கிருந்து உருவாகின்றது என்பதாகும். எடுத்துக்காட்டாக வடகீழ்ப் பருவப் பெயர்ச்சிக்காற்று வடகிழக்கிலிருந்து தென்மேற்காக வீசுகின்றது. காற்றின் திசை காற்றுத் திசைகாட்டி மூலம் அறியப்படும். காற்று வீசும் திசையை அறிய காற்றுத் திசை காட்டிகள் பயன்படுகின்றன.

காற்றின் வேகத்தை அளவிட காற்றுவேகமானிகள் பயன்படு கின்றன. சுழலும் கிண்ண அமைப்புக் கொண்ட காற்று வேகமானி களே பொதுவாகப் பயன்படுகின்றன. ஆய்வு நோக்கிலான பயன் பாடுகள் முதலான மிகத்துல்லியமான ஆயிடைகளில் அளவீடுகள் தேவைப்படுமிடத்து மீயொலி சமிக்கைகளை உருவாக்கும் வேகம் அல்லது வெப்பமாக்கப்பட்ட கம்பியின் தடையம் மீதான வளியோட்டத் தாக்கம் மூலம் காற்று வேகம் கணிக்கப்படும்.

காற்றாலைகள் மூலம் மின்சாரம் தயாரிப்படுகிறது. காற்றாலைகள் தமிழ்நாட்டில் ஆரல்வாய்மொழி, பல்லடம், உடுமலைபேட்டை, கயத்தாறு போன்ற இடங்களில் உள்ளன. காற்றாலை மூலம் மின் உற்பத்தி செய்வதில் இந்தியாவில் முதலிடம் வகிப்பது தமிழ்நாடு. அதுமட்டுமல்லாமல் தமிழ்நாட்டில் வடகிழக்கு, தென்கிழக்கு பருவ காற்றின் மூலம் மழை பெறுகிறது.

மனித நாகரிக வரலாற்றில், காற்று பல தொன்மங்கள் உருவாவ தற்குக் காரணமாக அமைந்துள்ளது. பல வரலாற்று நிகழ்வுகளின் மீதும், போக்குவரத்து, போர்முறைகள் என்பவற்றின் மீதும் காற்றின் செல்வாக்கைக் காண முடியும். இயந்திரங்களை இயக்கவும், காற்றுச் சுழலி மின் உற்பத்திக்கும், ஆற்றல் மூலமாக விளங்கியுள்ளதுடன்,

பலவகையான பொழுதுபோக்குகளுக்கும் அடிப்படையாக அமைந்துள்ளது. ஒரு காலத்தில் உலகின் கடல்கடந்த பயணங்களுக்குக் காற்றின் வலுவினால் இயங்கிய கப்பல்களே பயன்பட்டன. குறும் பயணங்களுக்குப் பயன்படும் வெப்பவளி பலூன்கள் காற்றின் ஆற்றலைப் பயன்படுத்துகின்றன. அதே வேளை காற்று கடுமையாக வீசும்போது மரங்கள் முதலிய இயற்கை அம்சங்களுக்கும், மனிதனால் உருவாக்கப்பட்ட கட்டிடங்கள் முதலிய அமைப்புக்களுக்கும் கடும் சேதங்களை உண்டாக்குகின்றது. காற்றினால் ஏற்படும் சீரற்ற காலநிலை வானூர்திகளின் பறப்புக்கும் ஆபத்தான நிலைமைகளை உருவாக்குகின்றது.

காற்றுத்தாக்க வழிமுறைகள் மூலம் நில அமைப்புக்களில் மாற்றங்கள் ஏற்படுகின்றன. வளமான மண் உருவாதலும் இவற்றில் ஒன்று. காற்று பெரிய பாலைவனப் பகுதிகளில் இருந்து தூசித் துகள்களை அது இருக்கும் இடத்திலிருந்து நீண்ட தொலைவு எடுத்துச் செல்கிறது. காற்றினால் காட்டுத்தீ விரைவாகப் பரவும் நிலையும் ஏற்படுகிறது. பல்வேறு தாவர வகைகளின் வித்துக்களை தொலை தூரங்களுக்கு எடுத்துச் சென்று பரப்புவதன் மூலம் அவ்வாறான தாவரங்கள் பெருகி வளர்வதற்கும் காற்றுத் துணை புரிகிறது. குளிரான வெப்ப நிலைகள் இருக்கும்போது காற்று கால்நடைகள் மீது எதிர்மறையான தாக்கங்களை உண்டாக்குகின்றது. விலங்குகளின் உணவு சேமிப்பு, அவற்றின் வேட்டையாடல் முறை, தற்காத்துக் கொள்ளும் முறை என்பவற்றின் மீதும் காற்று தாக்கங்களை உண்டாக்குகிறது. காற்று வீசுகின்ற வேகத்தின் அடிப்படையில் அதன் அளவு மற்றும் வேகம் கணக்கிடப்பட்டு வகைப்படுத்தப்படுகிறது.

0 <1 கி.மீ அமைதியாக ஒளி காற்று சிறிய அலை அலகுகள்

1-5 கி.மீ ஒளி காற்று ஒளி காற்று சிறிய அலை அலகுகள்

6-11 கி.மீ லைட் ப்ரீஸ் லைட் காற்று சிறிய அலைவரிசைகள்

12-19 கி.மீ ஜென்ட் ப்ரீஸ் ஜென்ட்-மிதமான பெரிய அலைகளுக்கு சிறிய அலைகளுக்கு

20-28 கி.மீ மிதமான காற்று சிறிய அலைகளுக்கு மென்மையான-மிதமான பெரிய அலைகளால்

29-38 கி.மீ புதிய காற்று புதிய காற்று மிதமான அலைகள், பல whitecaps

39-49 கி.மீ வலுவான வாயு வலுவான காற்று பெரிய அலைகள், பல வெள்ளைப் பட்டைகள்

50-61 கி.மீ புதிய காற்று வலுவான காற்று பெரிய அலைகள், பல வெள்ளைப் பட்டைகள்

62-74 கி.மீ புதிய கேல் கேல் ஹை அலைகள், நுரை கோடுகள்

75-88 கி.மீ ஸ்டோன் கேல் கேல் ஹை அலைகள், நுரை கோடுகள்

89-102 கி.மீ முழு பாதகம் முழு அலை மிகவும் அலைகள், உருட்டல் கடல்

103-117 கி.மீ புயல் முழு நீளமும் மிக அதிக அலைகள், உருட்டல் கடல்

17 > 117 கி.மீ புயல் மற்றும் நுரை கொண்ட சூறாவளி சூறாவளி கடல்

மேற்பரப்பு வானிலை வரைபடங்களில் திட்டமிடப்பட்ட வானிலையியல் மாதிரியானது காற்று திசை மற்றும் வேகம் ஆகிய இரண்டையும் காட்ட ஒரு குறியீகளை பயன்படுத்தி வரைபடம் தயாரிக்கப்படுகிறது. காற்றுக்குப்பின் இறுதியில் அந்த குறி யீட்டளவைக் கொண்டு 'கொடிகள்' பயன்படுத்தி சூறாவளிகளின் வேகத்தைக் கணக்கிடுகின்றனர்.

சுழல் காற்றுகள் உருவாதல்

சுழல்காற்றுகள் எவ்வாறு உருவாகின்றன என்பது பற்றி இதுவரை தெளிவாக அறியப்படவில்லை. இடி முகிலை நோக்கி மேலே எழும்பும் வெப்பமான காற்றுக்கும், முகிலிலிருந்து கீழ்நோக்கி இறங்கும் குளிரான காற்றுக்கும் இடையில் ஏற்படும் சிக்கலான இடைத்தாக்கங்களே சுழல் காற்றுக்குக் காரணமாக அமைவதாக வானிலையியல் அறிஞர்கள் கருதுகின்றனர்.

முகில் நீர்த்தாரைகள்

கடலின் மீது சுழல்காற்று ஏற்படும்போது கடல் நீர் முகிலை நோக்கித் தாரையாக உறிஞ்சி இழுக்கப்படும். இத்தோற்றப்பாடு முகில் நீர்த்தாரை என அழைக்கப்படுகின்றது. முகில் நீர்த்தாரைகள்

என்பது சுழல் காற்றின் போது கடல் அல்லது பரந்த நீர்ப்பரப்பின் மேற்பரப்பிலிருந்து செங்குத்தான ஆழ்ந்த தூண் போன்ற (பொது வாக புனல் வடிவத்தில் மேகம் தோன்றுதல்) வடிவத்தில் வானை நோக்கி நீர் மேலெழும்பும் நிகழ்வு ஆகும். இந்த நீர்த்தாரைகளில் சில திரள் நெருக்க முகிலுடனும், சில திரள்வடிவ மேகத்துடனும், மேலும் சில திரள் கார்முகிலுடனும் தொடர்பு கொண்டிருக்கக் கூடும். பொதுவாக இவற்றை நீரின் மேல் சுழன்று மேலெழும்பும் சுழல் காற்று என வரையறுக்கலாம். இதனை மேகத்தால் கடல் நீர் உறிஞ்சப்படுதல் என்று எளிதாகக் கூறலாம்.

நிலப்பகுதிகளில் விட நீர்ப்பரப்பில் தோன்றும் சுழல் பலவீன மானதாக இருந்தாலும், காற்றிடை புயலியக்கத்தின்போது வலுவான நீர்த்தாரை நிகழ்வுகள் நிகழ்கின்றன. பெரும்பாலான நீர்த்தாரைகள் நீரை உறிஞ்சாது அவை தண்ணீர் மீது சிறிய மற்றும் பலவீனமான சுழலும் காற்றுத்தம்பத்தை உருவாக்குகின்றன. வெப்பம் மற்றும் மித வெப்ப மண்டலப் பகுதிகளில் இந்நிகழ்வு நடைபெறுகிறது. ஐரோப்பா, நியூசிலாந்து, அமெரிக்கப் பெரு ஏரிகள், அன்டார்டிக்கா உள்ளிட்ட மற்ற இடங்களிலும் அரிய நிகழ்வாக பெரிய உப்பு ஏரியிலும் முகில் நீர்த்தாரை நிகழ்வுகள் நடைபெற்றதற்கான சான்றுகள் கிடைக்கப் பெற்றுள்ளன.

கடலின் மேல் வீசும் காற்று குளிர்ந்த காற்றாகவும், கடலின் காற்று சற்று வெப்பமாகவும் இருந்தால், கடலில் நீர்த்தாரைகள் எனப்படும் அதிசய நிகழ்வு ஏற்படும். பொதுவாக பருவநிலை மாற்றம் ஏற்படும் போது இதுபோன்ற நிகழ்வுகள் நடைபெறும். மீண்டும் இரண்டு காற்றுகளின் வெப்பநிலையும் சமமாக மாறும்போது, நீர்த்தாரைகள் மறைந்து விடும். இந்த விநோத நிகழ்வின்போது கடலின் நீர் அதிவேகமாக உறிஞ்சப்பட்டு மேகமாக மாறி விடும். இதன் வேகம் பல கிலோ மீட்டராக இருக்கும். கடல் நீரோடு மீன்கள் போன்ற கடல்வாழ் உயிரினங்களும் இவ்வாறு முகிலை நோக்கிக் கொண்டு செல்லப்படுவதுண்டு. சில இடங்களில் மழை பெய்யும்போது வானி லிருந்து மீன்கள் விழுவதற்கு இவ்வகைச் சுழல்காற்றே காரணம் என நம்பப்படுகின்றது.

❖

2. சுழல் காற்றின் வேகமும் பரவலும்

சுழல் காற்று என்பது மின்னலையும், இடியையும் தோற்று விக்கக்கூடிய முகிலொன்றின் உட்பகுதியிலிருந்து தொடங்கி நில மட்டம் வரை நீட்சியடைந்த, கூடிய வேகத்துடன் சுழல்கின்ற வளி நிரல் ஆகும். இச்சுழல் காற்று சிறிய அளவிலான சூறாவளியாகும். இதை சூறாவளி என்றும் கூறுவர். கடும் இடி, மின்னல், புயல்கள் ஏற்படும்போதே டொர்னாடோக்கள் உருவாகின்றன. இவை சூறாவளியிலும் பார்க்க பயங்கரமானவை. இவை குறுகிய நேரத்தில் குறுகிய இடத்தில் பாரிய அழிவை ஏற்படுத்தக்கூடியன. மிகப்பெறும் சுழல்காற்று கி. பி. 1999 ஆம் ஆண்டு வீசிய பிரிட்சு கிரேக்கு சுழல் காற்று ஆகும். இது மணிக்கு முந்நூறு மைல்கள் வேகத்தில் அடித்தது. இதன் அகலமே இரண்டு மைல்கள் இருந்த துடன் நூறு கிலோமீட்டர்களுக்கு மேல் நகர்ந்து சென்று பெருத்த சேதத்தை விளைவித்தது.

சுழல் காற்றொன்றின் விட்டம் பல மீட்டர்கள் முதல் 2 கிலோ மீட்டர்கள் வரையாக இருக்கக்கூடும். சராசரி சுழல் காற்றின் சுழற்சி வேகம் மணிக்கு 120 கிலோமீட்டர் முதல் 500 கிலோமீட்டர் வரை

வேறுபடலாம். இவ்வாறு சுழல்கின்ற வளி நிரலின் நடுப்பகுதியில் வளிமண்டல அமுக்கம் மிகக் குறைவாகக் காணப்படும். எனவே இவ்வகைச் சுழல் காற்று தரையிலுள்ள பொருட்களை உறிஞ்சி மேலே இழுத்தெடுக்கின்றது.

புவியின் வடவரைக் கோளத்தில் உருவாகும் சுழல் காற்றுக்கள் தம் தாழமுக்க மையத்தைச் சுற்றி இடஞ்சுழியாகச் சுழற்சியடை கின்றன. அதேவேளை, புவியின் தென்அரைக் கோளத்தில் உருவாகும் சுழல்காற்றுக்கள் வலஞ்சுழியாகச் சுழல்கின்றன. சுழல் காற்றொன்று இடம்பெயராமல் ஒரேயிடத்தில் சுழன்று வீசலாம். அல்லது வலிமை யாகச் சுழற்சியடைகின்றவாறே முன்னோக்கி நகரலாம். இந்த நகர்வு வேகம் மணிக்கு 110 கிலோமீட்டர் வரை இருக்கக்கூடும்.

சாதாரண புயல் காற்றைப் போலன்றி தான் நகரும் குறுகிய பாதை நெடுகே மட்டுமே சுழல் காற்று அழிவை ஏற்படுத்துகிறது. சுழல் காற்றின் விட்டத்துக்கு ஏற்பவே இவ்வழிவுப் பாதையின் அகலம் அமைந்திருக்கும். இரு புறத்திலும் உள்ள வீடுகள் எவ்வித பாதிப்பும் அடையாத நிலையில் நடுவிலுள்ள வீடு மாத்திரம் சுழல்காற்றினால் சிதைந்து போன நிகழ்வுகள் சகஜமாக இடம்பெற்றுள்ளன.

மிகத் தாழ்ந்த அமுக்கங்களில், ஒடுங்கிய நீராவியினால் ஆக்கப்பட்ட நிரலொன்று உருவாகும் சந்தர்ப்பங்களில் சுழல்காற்று கண்ணுக்குப் புலப்படக் கூடியதாக இருக்கும். மழை மேகம் பூமியைத் தொட்டுக் கொண்டிருப்பது போல் அவ்வேளைகளில் தோற்றமளிக்கும். சுழல்காற்று பெருமளவு புழுதியைக் கிளப்பிச் செல்லும் சந்தர்ப்பங் களிலும் கண்ணுக்குப் புலப்படக் கூடியதாக மாறும்.

முதிர்ந்த சுழல் காற்றொன்று ஒரு தூண் போல நேராகவோ அல்லது சாய்வாகவோ காணப்படலாம். சிலவேளைகளில் முகில் முழுவதும் பூமியைத் தொட்டுக் கொண்டிருப்பது போல அது பரந்ததாகத் தோன்றலாம். இன்னும் சில சந்தர்ப்பங்களில் யானையின் அசை கின்ற தும்பிக்கை போல அது தென்படக்கூடும். வன்மையான சுழல் காற்றொன்றின் போது பிரதான சுழலைச் சுற்றிவரப் பல சிறு சுழல்கள் காணப்படும்.

இச்சுழல் காற்றுகள் அண்டார்டிகா கண்டம் தவிர்த்து அனைத்து கண்டங்களில் உள்ள நாடுகளிலும் வீசுகின்றன. உலகிலே ஆண்டுதோறும் அதிக எண்ணிக்கையான சுழல் காற்றுக்கள் தோன்றும் நாடு ஐக்கிய அமெரிக்காவாகும். இங்கு உள்ள இராக்கி மலைத்தொடர் பகுதியிலும், ஆப்பலேச்சிய மலைத்தொடர் பகுதி யிலும் சுழல்காற்று அடிக்கடி வீசுவதால் இதை சுழல்காற்று பகுதி என்றே அழைக்கின்றனர்.

இரண்டாவது இடத்தில் ஆஸ்திரேலியா இருக்கின்றது. இவை தவிர சீனா, இந்தியா, ரஷ்யா, இங்கிலாந்து, ஜெர்மனி, வங்காளதேசம் உட்படப் பல நாடுகள் சுழல் காற்றுத் தாக்குதலுக்கு உட்படுகின்றன.

சுழல் காற்றுக்களின் வேகங்களை நேரடியாக அளப்பது சிரமமான காரியமாகும். அது ஆபத்தானதும்கூட. அமெரிக்காவிலுள்ள சிகாகோ பல்கலைக்கழகத்தில் பணி புரிந்த வளிமண்டலவியற் பேராசிரியரான புச்சியித்தா தெத்துசுயா என்பவர் சுழல் காற்றுக் களை வகைப்படுத்துவதற்கான அளவுத்திட்டமொன்றை *1971*ஆம் ஆண்டு அறிமுக்கப்படுத்தினார். சுழல் காற்றினால் கட்டடங் களுக்கும் மனிதனால் நிர்மாணிக்கப்பட்ட ஏனைய அமைப்பு களுக்கும் ஏற்படும் சேதத்தை அடிப்படையாக வைத்தே இந்த புச்சியித்தா அளவுத்திட்டம் (F-Scale) அமைக்கப்பட்டுள்ளது.

இந்த அளவுத்திட்டத்தின்படி F0, F1, F2, F3, F4, F5 என ஆறு வகைகளாகச் சுழல் காற்றுக்கள் வகைப்படுத்தப்படுகின்றன. இவற்றுள்,

F0, F1 நலிவான சுழல்காற்றுக்கள்,
F2, F3 வலிமையானவை.
F4, F5 பயங்கரமானவை.

F5 வகை சுழல்காற்று வீடுகளை அஸ்திவாரத்தோடு பிடுங்கி எறியக் கூடியதாக இருக்கும்.

F4, F5 வகைச் சுழல் காற்றுக்கள் தாம் செல்லும் பாதை நெடுகே பேரழிவை ஏற்படுத்த வல்லவை. இவற்றினால் வீடுகளும், பெரு மரங்களும் அடியோடு பெயர்க்கப்பட்டு வீசப்படுகின்றன.

பஸ் வண்டிகள், ரயில் வண்டிகள் போன்ற பெரிய வாகனங்கள்கூட நிலத்திலிருந்து தூக்கி எறியப்படுகின்றன. வீட்டுக் கூரைகள் பல கிலோமீட்டர் துரத்துக்குத் தூக்கிச் செல்லப்படு கின்றன. இவ்வாறு தூக்கி எறியப்படும் பொருட்கள் காரணமாக மேலும் சேதங்கள் ஏற்படுகின்றன.

வன்சுழல் காற்றினால் தூக்கி எறியப்படும் வேகம் காரணமாக மென்மையான பொருட்கள் கூட பேரழிவை ஏற்படுத்தலாம்.

3. மரணத்தின் வாசலும் காற்று மாசுபாடும்

நாம் அன்றாடம் சுவாசிக்கும் காற்று நம்மை கொல்லும் அளவுக்கு மாசுபட்டுள்ளது. இது மெதுவான மரணமாக இருக்கும். இதற்கு நம்மைத் தவிர வேறு யாரும் காரணம் இல்லை. இந்த காற்று மாசுபாடு உங்களுக்கு மட்டுமல்ல, உங்களைச் சுற்றியுள்ள உங்கள் அன்புக்குரியவர்களுக்கும் எப்படி ஆபத்தானது என்பதை நீங்கள் அறிந்து கொள்ள வேண்டும். காற்று மாசுபாடு நோய்களால் மனித வாழ்வில் ஏற்படும் தீய விளைவுகளைப் பார்ப்போம்.

சுவாச நோய்த் தொற்றுகள்

சுவாச செயல்பாட்டில் ஈடுபடும் உறுப்புகள் காற்று மாசுபாட்டால் பாதிக்கப்படும் போது, அது சுவாச பாதை தொற்று (ஆர்டிஐ) என்று அழைக்கப்படுகிறது. பொதுவாக சைனஸ், தொண்டை மற்றும் நுரையீரல் ஆகிய உறுப்புகளில் தொற்று ஏற்படுகிறது. ஆர்டிஐ-இன் வழக்கமான அறிகுறிகள்:

மூக்கில் அடைப்பு அல்லது சளி, தொண்டை வலி, மூச்சுத்திணறல், இருமும்போது சளி வெளியேறும்.

இஸ்கிமிக் இதய நோய்

சுவாசிக்கும்போது காற்று மாசுக்கள் உங்கள் உடலில் நுழைந்தால் அவை இதயம் மற்றும் இரத்தத்துடன் தொடர்புடைய தமனிகளை அடையலாம். இதய தமனிகளில் இத்தகைய துகள் களின் படிவு இந்த தமனிகளின் குறுகலுக்கு வழிவகுக்கிறது. இந்த நிலை இஸ்கிமிக் இதய நோய் அல்லது கரோனரி இதயநோய் என்று அழைக்கப்படுகிறது. இஸ்கிமிக் இதய நோய் மிகவும் ஆபத்தான காற்று மாசுபாடு நோய்களில் ஒன்றாக கருதப்படுகிறது. இது பெரும்பாலும் கவனிக்கப்படாமல் போகிறது மற்றும் ஆஞ்சினா பெக்டோரிஸ் (மார்பு வலி) மற்றும் மாரடைப்பு போன்று பிற கடுமையான பிரச்சனைகளுக்கு வழிவகுக்கும்

நுரையீரல் புற்றுநோய்

காற்று மாசுபாட்டின் வெளிப்பாடு நிச்சயமாக நுரையீரல் புற்று நோயால் பாதிக்கப்படுவதற்கான வாய்ப்பு அதிகரிக்கும். நாம் வெளியே செல்லும்போது சுற்றுச்சூழலில் இருக்கும் தீங்கு விளை விக்கும் நுண்துகள்களுடன் தொடர்பு கொள்ளலாம். இது செல் களில் உள்ள டிஎன்ஏவை சேதப்படுத்தும் இந்த மாற்றம், இதை யொட்டி நுரையீரலில் செல் நகலெடுக்கும் வழிக்கு வழிவகுக்கிறது. இறுதியில் இது நுரையீரல் புற்றுநோயை ஏற்படுத்துகிறது.

பக்கவாதம்

ஒரு நபர் ஒரு குறுகிய காலத்திற்கு அல்லது நீண்ட காலத்திற்கு காற்று மாசுபாட்டிற்கு வெளிப்படும்போது இஸ்கிமிக் பக்கவாதம் ஏற்படும் ஆபத்து அதிகரிக்கிறது.

நாள்பட்ட தடுப்பு நுரையீரல் தோய் (சிஓபிடி) மற்றும் ஆஸ்துமா

ஒரு நபர் சிஓபிடியால் அவதிப்பட்டால் அந்த நபர் மூச்சுத்திணறல், சுவாசிப்பதில் சிரமம் மற்றும் வேறு சில அறிகுறிகளை உருவாக்கு கிறார். புகைபிடிப்பவர்களுக்கு சிஓபிடி பொதுவானது. சிஓபிடி இருந்தால் ஒருவருக்கு இதய நோய் வருவதற்கான அதிக ஆபத்து உள்ளது. தீங்கு விளைவிக்கும் வாயுக்களுக்கு நீண்ட கால வெளிப் பாடு பெரும்பாலும் சிஓபிடிக்கு வழிவகுக்கிறது. அங்கு காற்று

நுரையீரலை அடைவது கடினம். ஆஸ்துமாவுக்கும் இதையே சொல்லலாம். ஒரு நபர் மாசுபட்ட காற்றை நீண்ட நேரம் சுவாசிக்கும்போது அவருக்கு மூச்சுத்திணறல் அல்லது ஆஸ்துமா ஏற்படுவதற்கான வாய்ப்புகள் இயற்கையானவை.

காற்று மாசுபாடு மனித ஆரோக்கியத்தில் ஏற்படும் உடல்நல பாதிப்புகள் பற்றி பேசினோம். இன்னும் மனித உடலில் உள்ள சுவாச அமைப்பின் பிரச்சனைகள் தொடர்பான அறிகுறிகளைப் பற்றி நீங்கள் தெரிந்து கொள்ள வேண்டும். இந்தப் பகுதியில் சுவாச மண்டலத்தில் காற்று மாசுபாட்டின் விளைவுகளை குறிப்பாக வெளிப்படுத்துவோம்.

மூச்சுத் திணறல்

மருத்துவ மொழியில் மூச்சுத்திணறல் என்று அழைக்கப்படுகிறது. ஒரு நபர் மூச்சுத் திணறலை அனுபவிக்கும் போது, அது மிகவும் ஆறுதலளிக்க முடியாது. போதுமான காற்று உங்கள் நுரையீரலை அடையவில்லை என நீங்கள் உணருவீர்கள். இந்த நிலையில், மனிதர்கள் பொதுவாக மூச்சுத் திணறுவார்கள்.

பயிற்சி

நீங்கள் நச்சுக் காற்றை சுவாசிக்கும்போது காற்று மாசுபாடுகள் உங்கள் தொண்டையை உலர்த்தும். அந்த வறண்ட தொண்டை அந்த இருமல் உணர்வுக்கு வழிவகுக்கும்.

மூச்சுத்திணறல் முதன்மையாக ஆஸ்துமாவுடன் தொடர்புடையது. காற்றுப் பாதை பகுதியளவில் தடைபடும்போது அது மூச்சுத் திணறலுக்கு வழிவகுக்கிறது. நீங்கள் சுவாசிக்கும் போதெல்லாம் ஒரு விசில் சத்தம் கேட்கும்.

ஆஸ்துமா எபிசோடுகள்

ஒரு நபர் ஆஸ்துமா தாக்குதலை அனுபவிக்கும் போதெல்லாம், அவரது காற்றுப்பாதை வீக்கமடையும். ஆஸ்துமா தாக்குதலின் போது, ஒரு நபர் இருமல் மற்றும் மூச்சுத்திணறல் போன்ற சுவாசிப்பதில் சிரமத்துடன் மற்ற அறிகுறிகளையும் காட்டலாம்.

நெஞ்சு வலி

காற்று மாசுபாடு இதயத்திற்கு ஆக்ஸிஜனேற்றப்பட்ட இரத்த ஓட்டத்தை பாதிக்கும் போதெல்லாம் நாம் முன்பு குறிப்பிட்டது போல் ஆஞ்சினா பெக்டோரிஸ் என்று அழைக்கப்படும் மார்பு வலியைக் காணலாம். மேலும் காற்று மாசுபாடு மனித உடலின் இரத்த ஓட்டம் மற்றும் நரம்பு மண்டலங்களையும் பாதிக்கிறது.

ஆக்ஸிஜன் செரிவூட்டலை அளவிடுவது என்பது மனித உடலின் இரத்தத்தில் உள்ள ஆக்ஸிஹெமோகுளோபின் அளவை அளவிடுவ தாகும். ஆக்ஸிஜன் செறிவு என்பது மனிதர்களுக்கு ஆக்ஸிஜன் விநியோகத்தை தீர்மானிப்பதற்கான ஒரு முக்கியமான கருவி யாகும். ஆரோக்கியமான வயது வந்தவரின் சராசரி SaO_2 அளவு *95%* முதல் *100%* வரை இருக்கும். சுற்றுப்புறங்களில் காற்று மாசுபாடுகள் அதிகரிக்கும் போது அது ஆக்ஸிஜன் செறிவூட்டலின் அளவை மாற்றுகிறது.

ஆக்ஸிஜன் செறிவூட்டலின் இந்த மாற்றம் துகள்களால் தூண்டப் பட்ட நுரையீரல் அழற்சி அல்லது வாஸ்குலர் பதில்களை உருவாக வழிவகுக்கிறது. ஒரு மனிதன் ஒரு குறிப்பிட்ட காலத்திற்கு மாசு பட்ட காற்றை சுவாசிக்கும்போது அவர்களுக்கு ஹைபோக்ஸீமியா உருவாகலாம். இந்த நிலையில் இரத்த ஆக்ஸிஜன் அளவு *90%* க்கும் கீழே குறைகிறது. இந்த நிலையில் ஒரு நபர் அனுபவிக்கக்கூடிய பொதுவான அறிகுறிகளில் விரைவான இதயத்துடிப்பு, இருமல், தலைவலி, மூச்சுத்திணறல் ஆகியவை அடங்கும். முனைகளை அடையும்போது தோல் நீல நிறமாக மாறும்.

உங்கள் சுவாசக் குழாயின் பல்வேறு பகுதிகள் காற்று மாசுபாட்டால் பாதிக்கப்படலாம்.

❖

4. புயல்கள்

புயல்கள் என்பது கடலின் மேற்பரப்பில் உள்ள நீரின் ஆவி யாதல் மற்றும் செறிவூட்டல் மூலம் உருவாகும் ஆற்றலை வெளியிடு வதன் மூலம் கடலின் மேல் உருவாகும் வானிலை நிகழ்வுகள் ஆகும். இந்த செயல்முறையானது பலத்த மழை மற்றும் பலத்த காற்றை ஏற்படுத்துகிறது மற்றும் இந்த புயல்கள் நிலத்தை நெருங்கும்போது அவை மக்கள் வசிக்கும் பகுதிகளுக்கு சேதம் மற்றும் வெள்ளத்தை ஏற்படுத்தும். 20% சார்ட்டர் செயல்பாடுகளின் விளைவாகும்.

புயல்கள் எங்கிருந்து உருவாகின்றன என்பதைப் பொறுத்து வெவ்வேறு சொற்களால் குறிப்பிடப்படுகின்றன.

அட்லாண்டிக் மற்றும் வடகிழக்கு பசிபிக் பெருங்கடல்களில் உருவாகும் புயல்கள் 'சூறாவளி' என்று அழைக்கப்படுகின்றன. இவை பெரும்பாலும் கரீபியன் பகுதி மற்றும் வடக்கு மற்றும் மத்திய அமெரிக்காவின் கிழக்கு கடற்கரையை பாதிக்கின்றன. பெரும்பாலான சூறாவளிகள் ஜூன் 1 முதல் நவம்பர் 30 வரை நிகழ் கின்றன. இருப்பினும் இந்த காலகட்டத்திற்கு வெளியே புயல்கள் உருவாகும் அரிதான நிகழ்வுகள் உள்ளன.

இந்திய மற்றும் தெற்கு பசிபிக் பெருங்கடல்களில் உருவாகும் புயல்கள் 'புயல்கள்' என்று அழைக்கப்படுகின்றன. இவை பெரும் பாலும் இந்தியா, பங்களாதேஷ், இலங்கை மற்றும் பிராந்தியத்தில் உள்ள தீவுகளை பாதிக்கின்றன. அக்டோபர் முதல் மே வரை சூறாவளிகள் அடிக்கடி நிகழ்கின்றன.

வடமேற்கு பசிபிக் பெருங்கடலில் உருவாகும் புயல்கள் 'டைஃபூன்கள்' என்று அழைக்கப்படுகின்றன. இவை பெரும்பாலும் பிலிப்பைன்ஸ் மற்றும் பிராந்தியத்தில் உள்ள பிற தீவுகளை பாதிக் கின்றன. ஆனால் சில புயல்கள் எப்போதாவது ஜப்பான் மற்றும் சீனா வரை அடையும். ஆண்டு முழுவதும் சூறாவளி ஏற்படும்.

புயல்களாக மாறும் அளவுக்கு தீவிரமடையும் வானிலை அமைப்பு களுக்கு நியமிக்கப்பட்ட வானிலை மையங்களால் பெயர்கள் வழங்கப்படுகின்றன. மேலும் இந்த பெயர்கள் அகர வரிசைப்படி ஆண் மற்றும் பெண் என மாறி மாறி வருகின்றன. எடுத்துக் காட்டாக, அட்லாண்டிக்கிற்கான 2018 சூறாவளி பருவத்தில் அந்த பெயர்கள் ஆல்பர்டோ, பெரில், கிறிஸ் மற்றும் டெபி எனத் தொடங்கின.

புயல்களின் வலிமையானது பிராந்தியத்தின் அடிப்படையில் வெவ் வேறு அளவுகளில் வகைப்படுத்தப்படுகிறது. இதற்கு உதாரணம் சஃபிர்-சிம்சன் அளவுகோல் சூறாவளிகளை வகைப்படுத்துகிறது. இது புயலில் காற்றின் தீவிரத்தைக் குறிக்க ஐந்து நிலைகளைப் பயன் படுத்துகிறது. வகை 5 வலிமையானது; மணிக்கு 252 கி.மீ வேகத்தில் வீசும் புயல். மற்ற பகுதிகளும் புயல்களை காற்றின் தீவிரத்தால் வகைப்படுத்துகின்றன மற்றும் ஐந்து முதல் ஏழு பிரிவுகள் வரை யிலான அளவீடுகளைப் பயன்படுத்துகின்றன.

விண்வெளியில் இருந்து அவதானிப்புகள் 1960களில் இருந்து மானிட்டர் புயல்களைப் பயன்படுத்துகின்றன, மேலும் பல தசாப்த கால அனுபவங்கள் மற்றும் ஆய்வின் மூலம், விஞ்ஞானிகள் புயல் களின் உருவாக்கம் மற்றும் முன்னேற்றத்தைக் கண்காணிக்க விண்வெளியில் தரவுகளைப் பயன்படுத்தலாம்.

புயலின் அமைப்பு, காற்றின் வேகம் மற்றும் கண்ணைச் சுற்றியுள்ள மேகங்களின் வடிவங்களில் ஏற்படும் மாற்றங்களை வெளிப்படுத்த செயற்கைக்கோள் பயன்படுத்தப்படலாம்; புயலைச் சுற்றியுள்ள அலைகளின் தாக்கத்திலும் தீவிரம் காணப்படலாம் மற்றும் கடல் மேற்பரப்பு வெப்பநிலை மற்றும் கடல் மேற்பரப்பு உயரத்தை அளவிட தரவு பயன்படுத்தப்படலாம்.

ஒளியியல் மற்றும் ரேடார் படத்தொகுப்புகளும் புயலுக்குப் பிறகு நிலத்திலுள்ள நிலைமையை மதிப்பிடுவதற்குப் பயன்படுத்தப் படலாம். இது முதல் பதிலளிப்பவர்களுக்கு முக்கியத் தகவலை வழங்குகிறது.

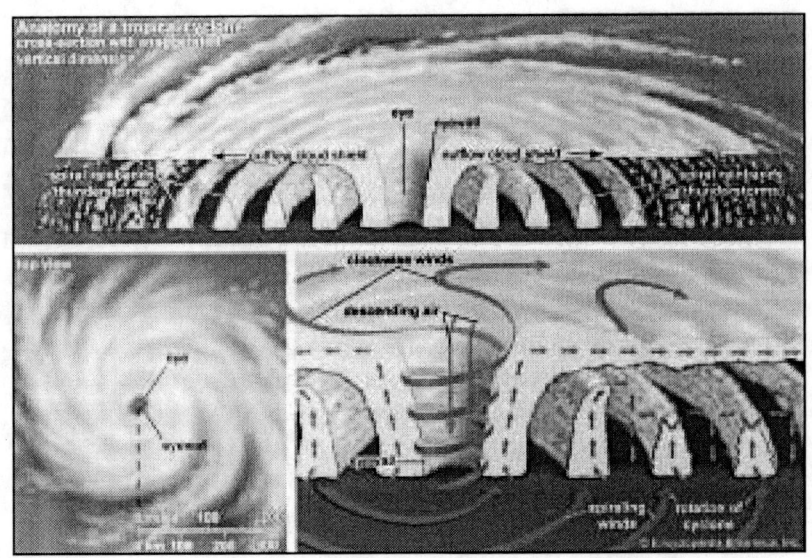

5. புயலுக்கு என்ன பெயர் சூட்டுவது?

புயலுக்குப் பெயரிடுதல் என்ற பழக்கத்தை முதன்முதலில் ஆஸ்திரேலியா நாட்டவர்தான் உருவாக்கினார்கள். வெப்ப மண்டலச் சூறாவளிகள் மற்றும் மிதவெப்ப மண்டலச் சூறாவளிகள் போன்றவற்றிற்கு பல எச்சரிக்கை மையங்களால் பெயர் சூட்டப்படு கின்றன. இதன் நோக்கம் புயல் வானிலை எச்சரிக்கை மையங்கள் மற்றும் பொதுமக்களுக்கு இடையிலான முன்னறிவிப்பு, எச்சரிக்கை போன்றவை குறித்த எளிதான தகவல் தொடர்பேயாகும்.

இந்தப் பெயர்கள் வெப்ப மண்டலச் சூறாவளி படுகைகளில் உடனுக்குடன் நிகழ்கின்ற புயல்கள் பற்றிய தகவல்களில் ஏற்படும் குழப்பத்தைத் தவிர்ப்பதையும் நோக்கமாகக் கொண்டுள்ளது. பொதுவாக, புயல்கள் 33 கடல் மைல்கள் (61 கி.மீ/மணி; 38 மைல்/மணி) என்ற அளவிற்கு மேலான நீடித்த காற்றின் வேகத்தைக் கொண்டிருந்தால் அவை உருவாகும் படுகையைக் குறித்து முன்னரே தீர்மானித்து வைக்கப்பட்ட பெயர்ப் பட்டியலில் இருந்து ஒரு பெயரானது இவ்வாறான புயல்களுக்குச் சூட்டப்படுகிறது.

சில வெப்ப மண்டலத் தாழ்வு மண்டலங்கள் மேற்கு பசிபிக் பகுதியில் பெயரிடப்பட்டுள்ளன. அதே சமயம் வெப்ப மண்டலச் சூறாவளிகள் அவைகள் பெயரிடுவதற்கு முன்னதாக தெற்கு அரைக் கோளத்தில் குறிப்பிட்ட காற்றின் வேகத்தைக் கொண்டதாக இருக்க வேண்டும்.

வெப்பமண்டலச் சூறாவளிகளுக்கு தனிப்பட்ட (முதல்) பெயர் களை வழங்குவது வழக்கமான நடைமுறையாக மாறுவதற்கு முன்பு, அவை நிகழ்ந்த இடங்கள், பொருள்கள் அல்லது புனிதர்களின் பண்டிகை நாள்களைக் கொண்டு பெயரிடப்பட்டன. இவ்வாறு சூறாவளிகளுக்குப் பெயரிடும் முறையை உருவாக்கியமைக்கான பெருமை குயின்ஸ்லாந்து அரசின் வானலை முன்னறிவிப்பு மையத்தைச் சார்ந்த வானிலை ஆராய்ச்சியாளர் கிளெமன்ட் ராக் என்பவரையே சாரும். இவரே 1887 முதல் 107 வரையிலான காலத்தில் இவ்வாறான பெயரிடும் முறையைப் பின்பற்றினார்.

ராக் பணி ஓய்வு பெற்ற பிறகு இந்த முறையானது மேற்கு பசிபிக் மண்டலத்தில் இரண்டாம் உலகப் போரின் பிந்தைய காலம் வரை பல ஆண்டுகளுக்கு பயன்படுத்தப்படாமல் இருந்து பின் புத்துயிர் பெற்றது. கிழக்கு, மத்திய, மேற்கு மற்றும் ஆஸ்திரேலிய பகுதி, அட்லாண்டிக் பெருங்கடல் மற்றும் இந்தியப் பெருங்கடல் தெற்கு பசிபிக் படுகைகள் மற்றும் பசிபிக் சூறாவளி ஆகியவற்றில் பெரும் புயல்களுக்கு முறையான பெயரிடும் திட்டங்கள் மற்றும் பட்டியல்கள் பின்னர் பயன்படுத்தப்பட்டன.

1950க்கு பிறகு அமெரிக்காவும் புயல்களுக்கு பெயர் சூட்டத் தொடங்கியது. கடலில் உருவாகும் புயல்களுக்கு பெயர் சூட்டு வதை ஒவ்வொரு மண்டலத்திலும் நாடுகள் ஒன்றிணைந்து பெயர் களை வைக்கும் முறை ஏற்படுத்தப்பட்டது. அந்த வகையில் வங்கக் கடல் மற்றும் அரபிக்கடல் உருவாகும் புயல்களுக்கு இந்திய மண்டலத்தில் உள்ள நாடுகள் ஒன்று சேர்ந்து பெயர் வைத்தனர். 2014 ஆம் ஆண்டின் நிலவரப்படி, வெப்பமண்டலச் சூறாவளிகள் பதினொரு எச்சரிக்கை மையங்களில் ஒன்றின் மூலம் அதிகாரப்பூர்வ மாக பெயரிடப்பட்டு, பொது மக்களுக்கு முன்னறிவிப்புகள் மற்றும்

புயல் தொடர்பான ஆபத்துகளை திறம்பட தொடர்புகொள்வதற்கு வசதியாக அவற்றின் வாழ்நாள் முழுவதும் பெயர்களை வைத்திருக் கிறது.

2000ல் நடைபெற்ற உலக வானிலை அமைப்பு ஆசிய பசிபிக் நாடுகளுக்கான ஐக்கிய சபை பொருளாதார மற்றும் சமூக ஆணையத்தின்படி மாநாட்டில் 8 நாட்டினர் 64 பெயர்களைக் கொண்ட புயல் பட்டியலைத் தயாரித்தன. 8 நாடுகளின் புயல் பட்டியல் சுழற்சி முறையில் பெயர் வைக்கப்படுகிறது. இந்தியா, பாகிஸ்தான், இலங்கை வங்கதேசம், மாலத்தீவு, மியான்மர், ஓமன் மற்றும் தாய்லாந்து ஆகிய 8 நாடுகள் உறுப்பினர்களாக உள்ளன. கடந்த 2004ஆம் ஆண்டு முதல் வங்கக்கடலில் உருவாகும் புயல் களுக்கு பெயர் சூட்டப்பட்டு வருகின்றன.

முன்னெச்சரிக்கை நடவடிக்கைகள்

கடலோர மாவட்ட மக்கள் பாதுகாப்பான இடத்திற்கு மாற்றுவது.

மீனவர்கள் கடலுக்குச் செல்லத்தடை.

கட்டுப்பாட்டு அறை.

புயல்களுக்கு பெயர் வைப்பதற்கான வழிகாட்டுதல்கள்

சூறாவளிகளுக்கு பெயரிடுவதற்கான வழிகாட்டுதல்கள் பின்வரு மாறு :

1. முன்மொழியப்பட்ட பெயர் அரசியல் மற்றும் அரசியல் பிரமுகர்கள், மத நம்பிக்கைகள், கலாச்சாரங்கள் மற்றும் பாலினங்களுக்கு நடுநிலையாக இருக்க வேண்டும்.

2. உலகெங்கிலும் உள்ள எந்தவொரு மக்களின் உணர்வுகளையும் இது புண்படுத்தக்கூடாது.

3. இது இயற்கையில் முரட்டுத்தனமாகவும், கொடூரமாகவும் இருக்கக்கூடாது.

4. பெயர் குறுகியதாகவும், உச்சரிக்க எளிதானதாகவும், எந்த உறுப்பினருக்கும் பாதிப்பில்லாததாகவும் இருக்க வேண்டும்.

5. இது அதிகபட்சம் எட்டு எழுத்துக்கள் இருக்க வேண்டும் மற்றும் அதன் உச்சரிப்பு மற்றும் குரல் ஓவருடன் கொடுக்கப்பட வேண்டும்.

6. வடஇந்தியப் பெருங்கடலில் உருவாகும் குறாவளிகளின் பெயர்கள் மீண்டும் கூறப்படாது. ஒருமுறை பயன்படுத்தினால் மீண்டும் பயன்படுத்தப்படுவது நின்றுவிடும்.

சில உதாரணங்கள்

1. நவம்பர் 2017 இல் வந்த ஓகி சூறாவளி, வங்காளதேசத்தால் பெயரிடப்பட்டது. அதாவது வங்காள மொழியில் கண். ஃபானி அல்லது ஃபோனி குறாவளிக்கு பங்களாதேஷால் பெயரிடப் பட்டது. ஃபானி என்றால் ‘பாம்பின் பேட்டை’ என்று பொருள்.

2. ஜுன் 13, 2019 அன்று ‘வாயு’ புயல் குஜராத் கடற்கரையைத் தாக்கியது. இது இந்தியாவால் பெயரிடப்பட்டது மற்றும் சமஸ்கிருதம் மற்றும் ஹிந்தி மொழியில் இருந்து பெறப்பட்டது ‘காற்று’.

3. ‘அதிக குரல் பல்லி’ என்று பொருள்படும் ஊர்வனவற்றின் பெயரால் ‘டௌக்டே’ சூறாவளி மியான்மாரால் பெயரிடப் பட்டுள்ளது.

4. அசானி சூறாவளி இலங்கையால் பெயரிடப்பட்டுள்ளது.

❖

6. சூறாவளிக்கு பெயரிடுதல்

சூறாவளி என்றால் என்ன?

'சைக்ளோன்' என்ற வார்த்தை கிரேக்க வார்த்தையான 'சைக்ளோஸ்' என்பதிலிருந்து உருவானது, அதாவது 'பாம்பின் சுருள்'. குறைந்த அழுத்தப் பகுதியைச் சுற்றியுள்ள வளிமண்டல இடையூறுகளால் சூறாவளிகள் உருவாக்கப்படுகின்றன. மேலும் அவை பொதுவாக வன்முறை புயல்கள் மற்றும் கடுமையான வானிலை நிலைகளுடன் இருக்கும். அடிப்படையில், வெப்ப மண்டல சூறாவளி என்பது ஆழமான குறைந்த அழுத்தப் பகுதி.

சூறாவளிகள் எவ்வாறு பெயரிடப்படுகின்றன?

ஒரு சூறாவளியின் வேகம் மணிக்கு 34 கடல் மைல்களுக்கு மேல் இருந்தால் அதற்கு சிறப்புப் பெயர் சூட்டுவது அவசியமாகிறது. புயலின் வேகம் மணிக்கு 74 மைல்களை எட்டினால் அல்லது தாண்டினால், அது சூறாவளி புயல் என வகைப்படுத்தப்படும்.

உலகெங்கிலும் உள்ள எந்தவொரு கடல் படுகையில் உருவாகும் சூறாவளிகளுக்கு பிராந்திய சிறப்பு வானிலை மையங்கள் மற்றும்

வெப்பமண்டல சூறாவளி எச்சரிக்கை மையங்கள் பெயரிடப்படு கின்றன. இந்திய வானிலை ஆய்வுத் துறை உட்பட உலகில் மொத்தம் ஆறு RSMCகள் உள்ளன.

தொழில்நுட்பச் சொற்களை மனப்பாடம் செய்வது கடினமாக இருப்பதால், மக்கள் எளிதில் நினைவில் வைத்துக் கொள்ள உதவும் வகையில் சூறாவளிகள் பெயரிடப்பட்டுள்ளன. ஆரம்பத்தில், புயல்கள் தன்னிச்சையாக பெயரிடப்பட்டன. உதாரணமாக, அட்லாண்டிக் புயல் 'ஆன்ட்ஜே' என்ற படகின் மாஸ்டைக் கிழித் தெறிந்தது, ஆன்ட்ஜியின் சூறாவளி என்று அறியப்பட்டது.

1800 களின் பிற்பகுதியில், கத்தோலிக்க புனிதர்களின் பெயரால் சூறாவளிகள் பெயரிடப்பட்டன. 1953 ஆம் ஆண்டில், கப்பல்கள் எப்போதும் பெண் என்று குறிப்பிடப்படுவதால், பெரும்பாலும் பெண்களின் பெயர்கள் வழங்கப்பட்டதால், சூறாவளிகளுக்கு பெண்களின் பெயரிடப்பட்டது. 1979 இல், ஆண் பெயர்கள் அறிமுகப்படுத்தப்பட்டன. தற்போது, புயல்களுக்கு முறையாக பெயரிடப்பட்டுள்ளது.

உலக வானிலை அமைப்பு (WMO) மற்றும் ஆசிய பசிபிக் ஐக்கிய நாடுகளின் பொருளாதார மற்றும் சமூக ஆணையம் (ESCAP) ஆகியவை 2000ஆம் ஆண்டு முதல் சூறாவளி புயல்களுக்கு பெயரிடு கின்றன. இந்திய வானிலை ஆய்வு மையம் விரிகுடா உட்பட வட இந்திய பெருங்கடலில் உருவாகும் சூறாவளிகளை பெயரிடுகிறது. வங்காளம் மற்றும் அரபிக் கடல். இது புயல்கள் மற்றும் புயல்களின் வளர்ச்சி குறித்து பிராந்தியத்தில் உள்ள மற்ற 12 நாடுகளுக்கு ஆலோசனைகளையும் வழங்குகிறது.

2000 ஆம் ஆண்டில், WMO/ESCAP என அழைக்கப்படும் நாடுகளின் குழு - பங்களாதேஷ், இந்தியா, மாலத்தீவுகள், மியான்மர், ஓமன், பாகிஸ்தான், இலங்கை மற்றும் தாய்லாந்து - இப்பகுதியில் உள்ள சூறாவளிகளுக்கு பெயரிட முடிவு செய்தது. 2018 இல், மேலும் ஐந்து நாடுகள் சேர்க்கப்பட்டன. ஈரான், கத்தார், சவுதி அரேபியா, ஐக்கிய அரபு எமிரேட்ஸ் மற்றும் ஏமன். மேற்கூறிய நாடுகள் பரிந்துரை களை அனுப்பிய பிறகு, WMO/ESCAP Panel on Tropical Cyclones (PTC) பட்டியலை இறுதி செய்கிறது.

சூறாவளிகள் ஏன் பெயரிடப்படுகின்றன?

எண்கள் மற்றும் தொழில்நுட்ப சொற்களை நினைவில் கொள்வது கடினமாக இருக்கும் என்பதால், மக்கள் எளிதில் அடையாளம் காண உதவும் வகையில் சூறாவளிகள் பெயரிடப் பட்டுள்ளன.

கூடுதலாக, பெயர்களைச் சேர்ப்பதன் மூலம் ஊடகங்கள், அறிவியல் சமூகம் மற்றும் பேரிடர் மேலாண்மை சமூகம் ஆகியவை தனிப் பட்ட சூறாவளிகளைக் கண்டறிந்து புகாரளிக்கவும், எச்சரிக்கைகளைப் பரப்பவும், சமூகத் தயார்நிலையை அதிகரிக்கவும், பல சூறாவளிகளைக் காணும் பகுதிகளில் குழப்பத்தைத் தவிர்க்கவும் எளிதாக்குகிறது.

❖

WMO ESCAP

Panel on Tropical Cyclones for the Bay of Bengal & the Arabian Sea

7. வெப்ப மண்டல சூறாவளி

வெப்ப மண்டலச் சூறாவளிகள் வளிமண்டலத்தின் வெப்ப அடுக்குக் கோளத்தில் அமையும் ஒப்பீட்டளவில் தாழ்வான அழுத்த பகுதிகளாகும். அதேநேரத்தில் கடல்மேற்பரப்பிலும் தாழ் குத்துயரங்களிலும் மிக உயரழுத்த அலைவுகள் நிலவும். நம் புவியில், வெப்ப மண்டலச் சூறாவலிகளின் மையத்தில் அளக்கப்பட்ட அழுத்தம், கடல்மட்டத்தில் நோக்கப்பட்ட அழுத்த அளவீடுகளை விட குறைவாகவே அமைகிறது. வெப்ப மண்டலச் சூறாவளி மையத்திற்கு அண்மையில் உள்ள சுற்றுச்சூழல் அனைத்துக் குத்துயரங்களிலும் வெளிச் சூழலைவிட வெம்மையாக அமைகிறது. எனவே இப்புயல்கள் 'வெம்மையான அகட்டுப்' பான்மையைப் பெற்றுள்ள அமைப்புகளாக விளங்குகின்றன.

காற்றுப் புலம்

வெப்ப மண்டலச் சூறாவளியின் மேற்பரப்பு அருகில் அமையும் காற்றுப் புலம் கண்ணைச் சுற்றிலும் வேகமாகச் சுழன்றபடி அதன் உள்நோக்கிப் பாயும் பான்மையைக் கொண்டுள்ளது. புயலின் வெளிவிளிம்பில், காற்று ஏறக்குறைய அமைதியாக அமையும்;

என்றாலும், புவியின் சுழற்சியால், காற்று அங்கே சுழியாகாத தனிக்கோண உந்தத்தைப் பெற்றுள்ளது. காற்று ஆரநிலையில் உள்நோக்கிப் பாய்வதால், தன் கோண உந்தத்தைப் அழியாமல் பேண, அது சுழலும் புயலாக, குறிப்பாக வட அரைக்கோளத்தில் இடஞ்சுழியாகவும், தென் அரைக்கோளத்தில் வலஞ்சுழியாகவும் சுழலத் தொடங்குகிறது. அதன் உள்ளாரப் பகுதியில், காற்று வெப்ப அடுக்குக் கடப்புவெளி வரை மேலெழுகிறது. இந்த ஆரம் கண் சுவரின் உள்ளாரத்தோடு பொருந்தி விடுகிறது. இவ்வாரத்துக்குள் புயலின் வலிமையான மேற்பரப்புக் காற்று வீசுகிறது; எனவே, இவ்வாரம் பெருமக் காற்றாரம் என வழங்கப்படுகிறது. மேலே சென்றதும், காற்று புயலின் மையத்தை விட்டு வெளியே பாயத் தொடங்குகிறது. அப்போது அடுக்குமுகில் அரணை உருவாக்குகிறது.

இந்நிகழ்வுகள் அச்சுச் சீரொருமை வாய்ந்த காற்றுப் புலத்தை உருவாக்குகின்றன. மையத்தில் காற்றின் வேகம் குறைவாக இருக்கும். பெருமக் காற்றாரம் நோக்கி வெளியே செல்ல செல்ல காற்றின் வேகம் விரைவாக உயர்ந்துகொண்டே போகும். பின்னர் படிப்படியாக குறைந்தபடி மிகப்பெரிய ஆரத்தில் அருகிவிடும். என்றாலும், காற்றுப் புலத்தில் வெளிசார்ந்தும் கால அடைவிலும் வேறுபாடுகளைப் பெற்றமையும். இவ்வேறுபாடுகளுக்கான காரணிகளாக, கள நிகழ்வுகளான வளிமண்டல வெப்பச் சுழற்சியும் (இடிப்புயல் செயல்பாடு), கிடைநிலைப் பாய்வின் நிலைப்பின்மை களும் அமைகின்றன. குத்துநிலைத் திசையில் மேற்பரப்பு அருகில் வலியதாகவும் உயரம் செல்ல செல்ல குறைந்தபடி வெப்ப அடுக்கின் உச்சியில் அருகிவிடும்.

கண்ணும் மையமும்

முதிர்ந்த வெப்ப மண்டலச் சூறாவளியின் மையத்தில், காற்று அதில் அமிழுமே தவிர எழாது. மிகப் போதுமான வலிமையுள்ள புயலில், முகிலாக்கத்தையும் தடுக்கும் அளவுக்கு ஆழ அடுக்கில் பாயும். இதனால் தெளிவாகத் தெரியும் 'கண்' அப்போது உருவாகும். கடல் மிகவும் கொந்தளிப்பில் இருந்தாலும் கண்ணின் வானிலை முகிலின்றி அமைதியாகவே இருக்கும்.

இந்தக் கண் வட்ட வடிவில் இருக்கும். இதன் விட்டம் 30 முதல் 65 கிமீ வரை அமையும். என்றாலும், 3 கிமீ விட்டமுள்ள சிறிய கண் களும், 370 கிமீ விட்டமுள்ள பெரிய கண்களும் கூட நோக்கப் பட்டுள்ளன.

கண்ணின் வெளிவிளிம்பு 'கண்சுவர்' ஆகும். இந்தக் கண்சுவர் உயரத் தினைப் பொறுத்து விளையாட்டரங்க மேடையைப் போல விரிந்து கொண்டே செல்லும்; இந்நிகழ்வு சிலவேளைகளில் விளையாட்ட ரங்க விளைவு என வழங்கப்படுகிறது. கண்சுவரின் அருகே பெருமக் காற்று வேகங்களும், விரைந்த காற்று மேலெழுச்சியும், உயர் குத்துயர முகில்களும், பெருங்கன மழைபொழிவும் அமையும். வெப்ப மண்டலச் சூறாவளியின் கண்சுவர் நிலத்தைக் கடக்கும் போது பேரளவுக் காற்று அழிபாடு ஏற்படும்.

வெப்ப மண்டலச் சூறாவளி தோன்றும் பகுதிகள்

உலகத்தில் உள்ள ஏழு பெரும் புயல் உண்டாகும் தளங்களாவன:

- வட அட்லாண்டிக் பெருங்கடல்
- பசிபிக் பெருங்கடலின் கிழக்குப் பகுதி
- பசிபிக் பெருங்கடலின் மேற்குப் பகுதி
- பசிபிக் பெருங்கடலின் தென் மேற்குப் பகுதி
- இந்திய பெருங்கடலின் தென்மேற்குப் பகுதி
- இந்திய பெருங்கடலின் தென் கிழக்குப் பகுதி
- இந்திய பெருங்கடலின் வடக்குப் பகுதி.

உலகம் முழுவதிலும் ஓராண்டில் ஏறத்தாழ 80 புயற்காற்றுகள் ஏற்படுகின்றன.

பூமத்திய ரேகைக்கு வடக்கே இந்தியப் பெருங்கடலில், வெப்ப மண்டல சூறாவளிகள் இந்தியாவின் இருபுறமும் ஆண்டு முழுவதும் உருவாகக்கூடும், இருப்பினும் பெரும்பாலும் ஏப்ரல் மற்றும் ஜூன் மாதங்களுக்கு இடையிலும், அக்டோபர் மற்றும் டிசம்பர் மாதங் களுக்கு இடையிலும், கிழக்குப் பக்கத்தில் வங்காள விரிகுடா பகுதியிலும் மேற்குப் பகுதியில் அரேபியக் கடல் பகுதியிலும் இவை உருவாகின்றன.

துணைப் படுகைகள்

இந்தியப் பெருங்கடலின் வடகிழக்கில் அமைந்துள்ள வங்காள விரிகுடா, உலகின் வலிமையான மற்றும் ஆபத்தான வெப்ப மண்டல சூறாவளிகளில் சிலவற்றை உருவாக்குவதற்கு காரண மாகும். இந்தப் படுகையை சுருக்கமாக பிஓபி (BOB) என இந்தப் படுகைக்கான அதிகாரப்பூர்வ மண்டல சிறப்பு வானிலை மையமான இந்திய வானிலை ஆய்வு மையம் (IMD) கூறுகிறது. இந்தியா, வங்காளதேசம், மியான்மர், இலங்கை மற்றும் தாய்லாந்தின் மேற்கு பகுதி ஆகிய நாடுகளில் வங்காள விரிகுடா கடற்கரையானது பகிரப் பட்டுள்ளது. வளைகுடாவில் மிகவும் தீவிரமான சூறாவளி 1999 ஒடிசா சூறாவளி ஆகும். வளைகுடாவில் மிக மோசமான சூறாவளி 1970 போலா சூறாவளியும் மற்றும் மிகுந்த சேதத்தை ஏற்படுத்தியது ஆம்பன் சூறாவளியும் ஆகும்.

அரபிக் கடல் என்பது இந்தியப் பெருங்கடலின் வடமேற்கில் அமைந் துள்ள ஒரு கடல் ஆகும். இப்படுகையில் உள்ள வெப்பமண்டல சூறாவளிகள் ஏஆர்பி (ARB) என சுருக்கமாக இந்தப் படுகைக்கான அதிகாரப்பூர்வ மண்டல சிறப்பு வானிலை மையமான இந்திய வானிலை ஆய்வு மையத்தால் (IMD) அழைக்கப்படுகின்றன. அரபிக் கடலின் கடற்கரை இந்தியா, ஏமன், ஓமான், ஐக்கிய அரபு அமீரகம், ஈரான், பாகிஸ்தான், இலங்கை, மாலத்தீவு, சோமாலியா, இலங்கை யெமன் நாடுகளால் பகிர்ந்து கொள்ளப்படுகிறது.

பருவ மழைக்காலங்கள் அரேபியக் கடலின் தனிச்சிறப்பியல்பான ஆண்டுதோறும் ஏற்படும் நீர் சுழற்சிக்கான பொறுப்பாகும். கோடையில், தென்மேற்கில் இருந்து வடகிழக்கு நோக்கி பலத்த காற்று வீசுகிறது, இது இந்திய துணைக் கண்டத்திற்கு மழையை உருவாக்கும். குளிர்காலத்தில், காற்று லேசாகி எதிர் திசையில், வடகிழக்கு முதல் தென்மேற்கு வரை வீசும். அரபிக் கடலில் சூறாவளிகள் அரிதானவை, ஆனால், இப்படுகை வலுவான வெப்ப மண்டல சூறாவளிகளை உருவாக்க முடியும். கோனு சூறாவளி இப்படுகையின் மிக வலுவான வெப்பமண்டல சூறாவளி ஆகும். இருப்பினும், அரேபிய தீபகற்பத்தின் பாலைவனத்திலிருந்து வரும்

வறண்ட காற்று மற்றும் பருவமழையிலிருந்து சாதகமற்ற காற்று வெட்டு காரணமாக புயல்கள் பொதுவாக அரேபிய கடலில் அதிக தீவிரத்தை எட்டாது.

படுகையின் வரலாறு

வங்காள விரிகுடா மற்றும் அரேபிய கடலில் வெப்பமண்டல அமைப்புகளின் முறையான அறிவியல் ஆய்வுகள் 19ஆம் நூற்றாண்டில் ஹென்றி பிடிங்டனால் தொடங்கப்பட்டது. 1839 மற்றும் 1858 க்கு இடையில் வங்காள ஆசிய சங்கத்தின் பருவ இதழில், பிடிங்டன் கடல்களின் வழிசெலுத்தல் மற்றும் தொடர்ச்சி யான நினைவுக் குறிப்புகளை வெளியிட்டது. இந்த நினைவுக் குறிப்புகள் வங்காள விரிகுடா மற்றும் அரேபிய கடலில் தனிப்பட்ட புயல்களின் கணக்குகளையும் தடங்களையும் கொடுத்தன.

2004ஆம் ஆண்டின் பருவமழைக்குப் பிறகு, இந்திய வானிலை ஆய்வு மையம் இப்படுகைக்குள் வெப்பமண்டல சூறாவளிகளுக்கு பெயரிடத் தொடங்கியது, செப்டம்பர் 2004 இல் ஓனில் சூறாவளி என்று பெயரிடப்பட்டது. 2015 ஆம் ஆண்டில், தீவிரத்தன்மை அளவில் ஒரு மாற்றத்தை நிர்ணயித்தன. ஐஎம்டி மற்றும் டபிள்யூஎம்ஓ 3 நிமிட அதிகபட்ச நீடித்த காற்றின் வேகம் 90 க்னாட்ஸ் (165 கிமீ/மணி அல்லது 105 மைல்/மணி) மற்றும் 120 க்னாட்ஸ் (220 கிமீ/மணி அல்லது 140 மைல்/மணி) என்ற அளவில் இருந்தால் அது மிகவும் கடுமையான சூறாவளி புயல் என வரையறுத்தது.

அரேபிய கடலில் நீர் வெப்பநிலை பொதுவாக வெப்பமண்டல சைக்ளோஜெனீசிஸ் ஆண்டு முழுவதும் அனுமதிக்க போதுமான வெப்பமாக இருக்கும், இருப்பினும் பருவமழை தொட்டியில் இருந்து வலுவான காற்று வீச்சு கோடை மாதங்களில் புயல் உருவா வதைத் தடுக்கிறது மற்றும் ஆண்டின் பிற நேரங்களின் தீவிரத்தை கட்டுப்படுத்துகிறது. 1930களில் இருந்து காற்று மாசுபாட்டின் அதிகரிப்பு காரணமாக காற்று வெட்டு குறைந்து, 1979 முதல் புயல்கள் வலுவடைய அனுமதித்தது.

சுழலும் தாழ்வளியமுத்தப் பகுதியை நடுவில் கொண்ட வெப்ப மண்டலத்தில் உருவாகும் ஒரு புயலின் வகையே வெப்ப மண்டலச்

சூறாவளி (Tropical Cyclone) ஆகும். இதில் தாழ்மட்ட வளிமண்டலச் சுழற்சியே நிலவும். இது பொதுவாக உயர் வெப்பமண்டலப் பகுதியில் அமைந்த பெருங்கடல்களில் தோன்றும். இதில் வலிவான காற்றும் சுருள் வடிவிலான பெருமழை பொழியக்கூடிய இடிபுயல்களும் அமைந்திருக்கும். இது தோன்றும் இடத்தையும் அதன் காற்று வலிமையையும் கொண்டு அதனைப் பலவகையில் வேறுபடுத்தலாம். அவை, விசைச்சூறை, கடுஞ்சூறை, வெப்ப மண்டலப் புயல், சூறைப்புயல், வெப்ப மண்டலத் தாழ் அழுத்தம், அல்லது வெறுமனே சூறாவளி என்பனவாகும். விசைச்சூறை என்பது அத்திலாந்திக் பெருங்கடலிலும், வடகிழக்கு அமைதிப் பெருங்கடலிலும் ஏற்படுவதாகும். கடுஞ்சூறை என்பது வடகிழக்கு அமைதிப் பெருங்கடலில் தோன்றுவதாகும். சூறாவளி தென் அமைதிப் பெருங்கடலிலும் இந்தியப் பெருங்கடலிலும் ஏற்படுவதாகும்.

வெப்ப மண்டலச் சூறாவளிகள் ஒப்பீட்டளவில் வெதுவெதுப்பான மாபெரும் நீர்நிலைகள் மீதே தோன்றுகின்றன. இவை தம் ஆற்றலை பெருங்கடல்களின் மேற்பரப்பு நீரின் ஆவியாதலில் இருந்து பெறுகின்றன. இந்த ஆவியாதல், ஈரக்காற்று மேலெழும்போது, குளிர்தலால் தெவிட்டலுற்று, மீள்சுருங்கலால் முகில்களாகவும் பின்னர் மழையாகவும் உருமாறுகின்றன. இவற்றின் ஆற்றல் வாயில் நடு அகலாங்கு சூறாவளிகளான வடகீழைப் புயல்களில் இருந்தும் ஐரோப்பிய காற்றுப்புயல்களில் இருந்தும் வேறுபடுகிறது. பின்னவை தம் ஆற்றலை முதன்மையாக கிடைநிலை வெப்பநிலை வேறுபாட்டில் இருந்து பெறுகின்றன. வெப்ப மண்டலச் சூறாவளியின் வலிமையான சுழற்காற்று, சுழலச்சுக்கு உள்முகமாக காற்று பாயும்போது அதற்கு புவியின் சுழற்சி தரும் கோண உந்த அழியாமை இயல்பால் ஏற்படுகிறது. இந்த விளைவால், இவை நிலநடுவரைக்கு 5 பாகை வடக்கிலும் தெற்கிலும் அமைந்த அமைதி மண்டலத்தில் உருவாதல் இல்லை.

வெப்ப மண்டலச் சூறாவளிகளின் விட்டம் ஏறத்தாழ 100 முதல் 2,000 கி.மீ வரையில் அமைகிறது. ஆப்பிரிக்க கீழைத்தாரை விளைவால் இவை தென் அரைக்கோளத்தில் அருகிலேயே அமைகின்றன.

அட்லாண்டிக் பெருங்கடலிலும், அமெரிக்காவிலும் வெது வெதுப்பான நீரால் உருவாகும் இப்புயல்கள் வட அரைக் கோளத்தில் தோன்றுகின்றன. மேலும் நிலநடுவரைக்குத் தெற்காக அமையும் குத்துநிலைக் காற்றுத் துணிப்பு விசை அங்கு, வெப்ப மண்டலத் தாழ்வழுத்தமும், புயல்களும் வெப்ப மண்டலச் சூறாவளிகளாக உருவாதலைத் தவிர்க்கின்றன.

வெப்பமண்டலம் என்பது இச்சூறாவளி தோன்றும் புவிக் கோளப் பகுதியைக் குறிக்கும். பெரும்பாலும் இவை வெப்ப மண்டலப் பெருங்கடல்களிலேயே தோன்றுகின்றன. சூறாவளி இதன் சுழற்சித் தன்மையைக் குறிக்கிறது. இவற்றில் வடக்கு அரைக் கோளத்தில் காற்று இடஞ்சுழியாகவும் தென் அரைக்கோளத்தில் காற்று வலஞ்சுழியாகவும் சுழலும். காற்றுச் சுற்றோட்டத்தின் எதிர்திசை கொரியாலிசு விளைவால் ஏற்படுகிறது.

வெப்ப மண்டலச் சூறாவளி அச்சமூட்டும் மழையையும் கடற் கொந்தளிப்பையும், அச்சமூட்டும் காற்றையும் உருவாக்கும். கடலை அண்மித்த பகுதிகளையே பொதுவாக இது தாக்கினாலும், சில வேளைகளில் கடலிலிருந்து சேய்மையில் அமைந்த பகுதிகளை யும் தாக்குவதுண்டு.

உள்நாட்டுப் பகுதிகளைவிட கடற்கரைப் பகுதிகள் வெப்ப மண்டலச் சூறாவளிகளால் பெரிதும் தாக்கப்படுகின்றன. இந்தப் புயல்களுக்கான முதன்மையான ஆற்றல் வாயிலாக வெம்மையான பெருங்கடல் நீர் அமைகிறது. எனவே இவை கடற்கரையருகில் வலிமைமிக்கனவாகவும் உள்ளே நிலம் நோக்கி நகர நகர விரைந்து தம் வலிமையில் குன்றுகின்றன. கடற்கரைச் சிதைவு கடுங்காற்று, மழியாலும் பேரலைகளாலும் புயல் உருவாக்கும் கடும் அழுத்த மாற்றங்களால் தோன்றும் அலையெழுச்சிகளாலும் கடும் புயல் களின் விளைவாலும் நிகழ்கிறது. வெப்ப மண்டலச் சூறாவளிகள் மிகப்பெரும் பரப்பில் இருந்து காற்றை தன்னுள் இழுக்கிறது. கடும் வெப்ப மண்டலச் சூறாவளிகளுக்கு இது மாபெரும் பரப்பாக அமையும். அந்தக் காற்றில் உள்ள நீரைச் (இதில் வளிமண்டல ஈரமும் கடல்நீர் ஆவியாக்க ஈரமும் அடங்கும்) செறிவாக மிகவும்

சிறிய பரப்பில் மழையாகப் பொழிகிறது. மழை பொழிந்ததும், ஈரம் பொதிந்த காற்று தொடர்ந்து பதிலீடு செய்யப்படுவதால், மிகக் கடும் மழை பொழிந்து, கடற்கரையில் இருந்து 40 கிமீ வரை ஆற்றில் உள்நோக்கி வெள்ளப்பெருக்கை ஏற்படுத்தும். இது அவ்வட்டார வளிமண்டலம் தாங்கும் நீரளவினும் பன்மடங்கானதாகும்.

இவை மக்கள்தொகைக்குப் பேரழிவை ஏற்படுத்தினாலும் வறட்சி நிலையைத் தவிர்க்க உதவுகின்றன. இவை வெப்ப ஆற்றலை வெப்ப மண்டலத்தில் இருந்து மிதவெப்ப அகலாங்குகளுக்குக் கொண்டு போய் சேர்ப்பதால், வட்டார, புவிக்கோளக் கால நிலையைச் சமனப்படுத்துகின்றன.

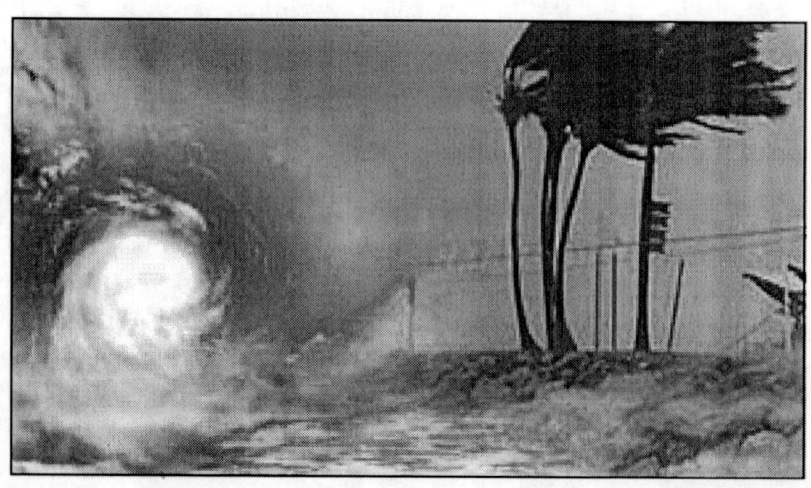

8. பருவநிலை மாற்றத்தால் பாதிக்கப்படும் நாடுகள்

பருவநிலை மாற்றத்துடன் தொடர்புடைய இயற்கைப் பேரிடர்களால் பாதிக்கப்படுவதற்கு அதிக ஆபத்துள்ள 15 நாடுகளில் ஒன்பது நாடுகள் தீவுகளாக இருக்கும் என்று புதிய ஓர் ஆய்வில் தெரிய வந்துள்ளது.

172 நாடுகளில் பூகம்பங்கள், சுனாமிகள், சூறாவளிகள், வெள்ளம் ஆகிய பாதிப்புகள் ஏற்படுவதற்கான வாய்ப்புகள் குறித்து 2018 உலக ஆபத்து சூழ்நிலை அறிக்கை பகுப்பாய்வு செய்து - அவற்றை எதிர்கொள்வதற்கு அந்த நாடுகளுக்கு உள்ள திறமை குறித்து மதிப்பீடு செய்துள்ளது.

ஜெர்மனியில் போச்சும் பகுதியில் உள்ள ருஹ்ர் பல்கலைக்கழகமும், ஜெர்மனி மனிதாபிமான என்.ஜி.ஓ.க்களின் கூட்டமைப்பான வளர்ச்சி உதவிகள் கூட்டமைப்பும் இந்த ஆய்வை நடத்தியுள்ளன.

நான்கு குழந்தைகளில் ஒருவர் பேரழிவுகளால் பாதிக்கப்படுகின்றனர். குறிப்பாக குழந்தைகளின் பரிதாபகரமான நிலை பற்றி ஆராய்ச்சியாளர்கள் சிறப்பம்சமாக குறிப்பிட்டுள்ளனர். அவர்களுடைய புள்ளிவிவரங்களின்படி, உலகம் முழுக்க நான்கு குழந்தை

களில் ஒருவர் பேரழிவுகளால் பாதிக்கப்படும் ஆபத்து உள்ள பகுதிகளில் வாழ்கின்றனர்.

மேலும், 2017ல் மோதல் அல்லது இயற்கைப் பேரழிவு காரண மாக குடிபெயர்ந்த மக்களில் பாதிக்கும் மேற்பட்டவர்கள் 18 வயதுக்கும் கீழ் உள்ளவர்கள் என்று ஐ.நா. விவரங்கள் தெரிவிக் கின்றன. இந்தப் பட்டியலில் தீவுகள் முதல் வரிசையை பிடித் துள்ளன. ஏனெனில், கடல் மட்டம் உயர்வது உள்ளிட்ட பருவ நிலை நிகழ்வுகளால் ஆபத்துகளை எதிர்கொள்ளும் வாய்ப்பு தீவுகளுக்கு அதிகமாக உள்ளது. தெற்கு பசிபிக் கடலில் உள்ள மிகச் சிறிய வனுவாட்டு தீவு உலகில் மிக அதிக ஆபத்து வாய்ப்புள்ள நாடாகக் கருதப்படுகிறது. அருகில் உள்ள டோங்கா தீவு அடுத்த இடத்தில் உள்ளது.

104 மில்லியன் மக்கள் வாழும் பிலிப்பின்ஸ் தீவுகள் கூட்டம் மூன்றாவது இடத்தில் உள்ளது. ஓசியானியா பகுதி ஒட்டு மொத்த மாக மிகவும் ஆபத்துக்குள்ளாகும் பகுதியாக இருக்கும் என்று ஜெர்மன் ஆராய்ச்சியாளர்கள் கூறியுள்ளனர்.

இயற்கைப் பேரிடரால் பாதிக்கப்படும் முதல்வரிசை பட்டியலில் உள்ள 50 நாடுகளில், ஆப்பிரிக்க நாடுகள் நிறைய இடம் பெற் றுள்ளன. அதுமட்டுமின்றி, பேரிடர்களால் அதிக அளவில் சமூக பாதிப்பு ஏற்படும் 15 நாடுகளில் 13 நாடுகள் இந்தப் பகுதியில் உள்ளன. கத்தார் நாடுதான் மிகக் குறைந்த அளவுக்கு ஆபத்து வாய்ப்பு கொண்டது என்று அறிக்கையில் தெரிவிக்கப்பட்டுள்ளது.

சமூக ஆபத்து நிலை

ஐரோப்பிய நாடுகளில் இளவேனில் மற்றும் கோடைக்காலங்களில் வெப்பக் காற்று வீசிதால் வறட்சி ஏற்பட்டு, நேரடியாக வேளாண்மை பாதிக்கப்பட்ட போது, அந்த நாடுகள் அதை எதிர்கொண்ட விதத்தை ஆக்கபூர்வ உதாரணமாக எடுத்துக் கொண்டு, தீவிர இயற்கைப் பேரிடர்களை சமாளிக்க முன்னெச்சரிக்கை நடவடிக்கைகள் எடுக்க வேண்டியதன் அவசியத்தை ஆராய்ச்சி யாளர்கள் வலியுறுத்தியுள்ளனர்.

“ஒப்பீட்டு அடிப்படையில் வறட்சியால் பாதிக்கப்படுவதற்கு ஆபத்து குறைவாக உள்ள நாடுகளில் பேரழிவு நிகழ்வதில்லை”

என்கிறார் ருஹ்ர் பல்கலைக்கழகப் பேராசிரியர் கேத்ரின் ராட்கே. இயற்கைப் பேரிடர் நிகழ்வதற்கான வாய்ப்பை மட்டும் கணக்கில் கொண்டு, ஆபத்துக் குறியீடு கணக்கிடப்படுவதில்லை. விதிமுறைகள் உருவாக்குதல் வறுமை நிலைகள் மற்றும் நெருக்கடி வந்தால் சமாளிப்பதற்கான திட்டங்கள் என எந்த அளவுக்கு ஒரு நாடு தயாராக இருக்கிறது என்பதும் கணக்கில் எடுத்துக் கொள்ளப் படுகிறது.

பூகம்பங்கள் அடிக்கடி தாக்கும் ஜப்பான் மற்றும் சிலி போன்ற நாடுகள், அதிக ஆபத்து வாய்ப்புள்ள 20 நாடுகளின் பட்டியலில் ஏன் இடம் பெறவில்லை என்பதை விளக்குவதாக இது உள்ளது.

அல்லது, காலம் காலமாக கடல் மட்டம் உயர்வு பிரச்சனையை சந்தித்து வந்த ஹாலந்து ஏன் 65வது இடத்தில் உள்ளது என்பதற்கும் இதுதான் காரணம்.

"இந்த நாடுகள் இயற்கை இடர் நிகழ்வுகளின் போது ஆபத்துகளை குறைந்தபட்ச அளவிற்குள் கட்டுப்படுத்திவிடும் என்பது மட்டு மின்றி, இவை அதிக பாதிப்பு பட்டியலில் இல்லாமல் உள்ளன" என்று அறிக்கை தெரிவிக்கிறது.

எகிப்து போன்ற மற்ற நாடுகள், பேரிடர் பாதிப்புக்கு குறைந்த வாய்ப்பே உள்ள நிலையிலும், சமூக அளவில் பாதிப்புகள் ஏற்படும் என தெரிகிறது. இந்த ஆப்பிரிக்க நாடு, இந்தப் பட்டியலில் 166வது இடத்தில் தான் உள்ளது. ஆனால் ஆபத்து வாய்ப்புகள் மற்றும் அதைக் கையாளும் திறன்களைப் பொருத்தவரை ஜப்பானைவிட குறைந்த புள்ளிகள் தான் பெற்றிருக்கிறது.

"பருவநிலையைப் பொருத்த வரை, 2018 ஆம் ஆண்டு விழிப்பை ஏற்படுத்திய ஆண்டாக உள்ளது. தீவிர இயற்கை நிகழ்வுகளை எதிர் கொள்ள ஆயத்த நிலையில் இருப்பது முக்கியம் என்பது மீண்டும் வெளிப்படையாக தெரிந்துள்ளது" என்கிறார் வளர்ச்சி உதவிகள் கூட்டமைப்பின் தலைமை பெண் நிர்வாகியான ஏஞ்சலிகா போஹ்லிங்.

9. வளிமண்டல இயக்கம்

வானிலை என்பது ஒரு குறிப்பிட்ட நேரத்தில் வளிமண்டலத்தின் நடப்பு நிலையைக் குறிக்கிறது. புவியைப் பொறுத்தவரை, வானிலையை பாதிக்கும் பெரும்பாலான தோற்றப்பாடுகள் வளி மண்டலத்தின் கீழ் நிலைகளில் உருவாகின்றன. இது நீண்டகால அடிப்படையிலான சராசரி வளிமண்டல நிலைமைகளைக் குறிக்கப் பயன்படும் தட்பவெப்பநிலை என்பதிலிருந்து வேறுபட்டது. வானிலைத் தோற்றப்பாடுகள் அன்றைய வெப்பநிலை, காற்று, முகில், மழை, பனி, மூடுபனி, தூசிப் புயல்கள் போன்ற பொது வானிலைத் தோற்றப்பாடுகளையும், அரிதாக நிகழும் இயற்கை அழிவுகள், சூறாவளி, பனிப்புயல் போன்றவற்றையும் உள்ளடக்கியது.

வானிலை இடத்துக்கிடம் வேறுபடுகின்றது. இது காற்றழுத்தம், வெப்பநிலை மற்றும் ஈரப்பதம் போன்ற காரணிகளையொட்டி அமைகின்றது. இவ்வேறுபாடுகள், குறிப்பிட்ட இடத்தில் உள்ள சூரியனுடைய கோணத்தினால் உண்டாகிறது. சூரியனுடைய கோணம் குறித்த இடத்தின் நிலநேர்க்கோடு அமைவிடத்தைப் பொறுத்து வேறுபடுகின்றது. புவி தானே சுற்றும் போது, சற்றே

சாய்வான கோணத்தில் சுற்றுவதால், சூரிய ஒளியானது வருடத்தின் வெவ்வேறு காலங்களில் வெவ்வேறு கோணங்களில் விழுகிறது. புவியின் மேற்பரப்பில், வெப்பநிலை பொதுவாக ஆண்டுதோறும் ±40 °C (40 °F முதல் 104 °F) வரை இருக்கும். புவியின் மேற்பரப்பில் நிகழும் வெப்பநிலை வேறுபாடுகள் காற்றழுத்தத்தை பாதிக்கின்றன. ஆயிரக்கணக்கான ஆண்டுகளாக, பூமியின் சுற்றுப்பாதையில் ஏற்படும் மாற்றங்கள், புவியால் பெறப்படுகின்ற சூரிய ஆற்றலின் அளவை பாதிப்பதனால், நீண்ட கால காலநிலை உருவாகிறது.

புவியின் வளிமண்டலம் சிக்கலானதென்பதால் அதில் ஏற்படும் சிறிய மாற்றங்களும் பெரிய விளைவுகளை ஏற்படுத்தலாம். வானிலை புவிக்கு மட்டுமல்லாமல் வெள்ளி, செவ்வாய், வியாழன் போன்ற மற்ற கோள்களிலும், நட்சத்திரம் போன்ற மற்ற விண்வெளி அமைப்புகளிலும் நிலவுகின்றது. வியாழனில் உள்ள பெரும் சிவப்புப் புள்ளி எனப்படும் எதிர்-சூறாவளி அமைப்பானது ஒரு குறிப்பிடத் தக்க வானிலையமைப்பாகும். வானிலை முன்னறிவிப்பு என்பது தொழில்நுட்பத்தின் உதவியுடன் வானிலையை கணிக்கும் ஓர் விஞ்ஞான அறிவியலாகும்.

ஒரு இடத்திலிருந்து மற்றொரு இடத்திற்கு வேறுபடும் காற்றழுத்தம், வெப்பநிலை மற்றும் ஈரப்பதம் ஆகிய காரணிகளின் வேறுபாடுகள் காரணமாக வானிலை ஏற்படுகிறது. இந்த வேறுபாடுகள் ஒரு குறிப்பிட்ட இடத்தில் சூரியக் கதிர்கள் படும் கோண அளவுகளில் மாறுபாடுகள் இருப்பதின் காரணமாக ஏற்படுகின்றது. இதன் அமைப்பு ஒரு இடத்தின் நிலநேர்க்கோடு அமைவிடத்தைப் பொறுத்து மாறுபடும். அதாவது ஒரு இடம் வெப்பமண்டலத்தி லிருந்து எவ்வளவு தொலைவில் உள்ளதோ, அதற்கேற்றவாறு சூரியக்கதிர்கள் விழும் கோண அளவு குறைகின்றது. குறிப்பாக துருவப் பகுதியில் சூரியக்கதிர்களின் வீச்சு ஒரு புள்ளியில் குவிக்கப் பட வாய்ப்பில்லாமல் பரந்த நிலப்பகுதியல் விரவியவாறு பரப்பப் படுவதால் அத்தகைய பகுதிகளில் மிகக் குளிர்ச்சியான வானிலை நிலவுகிறது.

துருவ மற்றும் வெப்பமண்டலப் பகுதிகளுக்கு இடையே உள்ள காற்றின் வெப்பநிலை வேறுபாடு வளிமண்டல சுழற்சி மற்றும் அதிவேகக் காற்றுப்புனல் ஆகியவற்றை உருவாக்குகிறது.ன்2தி வெப்பமண்டலத்தில் நிலையற்ற அதிவேகமாக வீசும் காற்றுகளால் புற வெப்பமண்டலச் சூறாவளிகள் ஏற்படுகின்றன. பருவமழை போன்ற வெப்ப மண்டல வானிலை அமைப்புகள் வெவ்வேறு செயல்முறைகளால் ஏற்படுத்தப்படுகின்றன. புவியின் அச்சு சற்று சாய்வாக இருப்பதால், அது சூரியனைச் சுற்றி வரும் போது, வருடத்தின் வெவ்வேறு சமயங்களில் சூரிய ஒளியானது மாறுபடும் நேர அளவுகளில் மாறுபடும் படுகோணத்தில் புவியின் மீது விழு கிறது. ஜூன் மாதத்தில் புவியின் வடக்கு அரைக்கோளம் சூரியனை நோக்கி சாய்வாக உள்ளதால், டிசம்பர் மாதத்தைக் காட்டிலும் சூரிய ஒளி அப்பகுதிகளில் அதிகமாக விழுகிறது. இந்த விளைவு பருவங்களை ஏற்படுத்துகிறது. பல்லாயிரக்கணக்கான ஆண்டு களாக, புவியின் சுற்றுப்பாதை அளவுருக்களில் ஏற்படும் மாற்றங்கள் மற்றும் புவியால் பெறப்பட்ட சூரிய சக்தியின் அளவு ஆகியவை காலநிலை மாற்றங்களுக்கு முக்கியக் காரணிகளாக விளங்குகின்றன.

சீரற்ற சூரிய வெப்பம் (வெப்ப மண்டல உருவாதல், ஈரப்பத சரிவுகள் மற்றும் வளிமுகப் பிறப்பு) வானிலை மாற்றங்களால் உருவாகும் மேகங்கள் மற்றும் மழையின் காரணமாகவும் உருவா கின்றன. புவியின் உயரமான பகுதிகள் தாழ்நிலப்பகுதிகளை விட ஒப்பீட்டளவில் குளிர்ச்சியாக உள்ளன. இதனால் அதிகமான மேற்பரப்பு வெப்பநிலை மற்றும் எதிரொளிப்பு வெப்பநிலை காரணமாக வெப்பப்பரிமாற்ற வீதம் உருவாகின்றது.

சில சூழ்நிலைகளில் இயல்பாகவே உயரத்திற்கேற்ப வெப்பநிலை மாறுபடுகிறது. இந்த தலைகீழான மாற்றம் மலையுச்சிகளில் அதிக வெப்பநிலையும் அதன் கீழாக உள்ள பள்ளத்தாக்குகளில் குறை யளவு வெப்பநிலை உருவாக காரணமாக உள்ளது. இதன் காரண மாக மூடுபனி ஏற்படுகின்றது மற்றும் இடி, மின்னலும் ஏற்படுவது தடுக்கப்படுகின்றது. வெவ்வேறு பரப்புகளில் (கடல்கள், காடுகள், பனிப்படலங்கள், அல்லது மனிதனால் உருவாக்கப்பட்ட பொருட்கள்), அதன் மாறுபட்ட பௌதீக குணவியல்புகளான

எதிரொளிப்புத்தன்மை, கடினத்தன்மை, அல்லது ஈரப்பத உள்ளடக்கம் போன்றவற்றால் வெப்பநிலை மாறுபடுகின்றது.

மேற்பரப்பு வெப்பநிலை மாறுபாடுகள் காற்று அழுத்த மாறுபாடுகளை உண்டாக்குகின்றன. சூடான மேற்பரப்புகள் அதன் மேலே உள்ள காற்றை சூடாக்குவதால், இந்த காற்றானது விரிவடைகிறது. இதன் காரணமாக காற்றின் அடர்த்தி குறைவதன் விளைவாக மேற்பரப்பு காற்று அழுத்தம் குறைகின்றது. இதன் விளைவாக கிடைமட்ட அழுத்த வேறுபாடுகள் காற்றை அதிக அழுத்தமுள்ள பகுதிகளிலிருந்து குறைந்த அழுத்த பகுதிகளுக்கு நகர்த்துகிறது. கோரியாலிசு விளைவின் காரணமாக புவியின் சுழற்சி இந்த காற்றோட்டத்தில் விலகலை ஏற்படுத்துகிறது. இவ்வாறு உருவாக்கப்படுகின்ற எளிய அமைப்புகள் பின்னர் சிக்கலான அமைப்புகள் மற்றும் பிற வானிலை நிகழ்வுகளை உருவாக்க முடியும்.

புவியில் காற்று, மேகம், மழை, பனி, மூடுபனி மற்றும் புழுதிப் புயல் ஆகியவை பொதுவான நிகழ்வுகளில் அடங்கும். சூறாவளி, வெப்ப மண்டல சூறாவளி, மற்றும் பனிப்புயல் போன்ற இயற்கை பேரழிவுகள் அரிதான வானிலை நிகழ்வுகளில் அடங்கும். வலி மண்டலத்தின் மேற்பகுதிகளில் நடக்கும் மாற்றங்கள் கீழ்நிலையில் வானிலையை எவ்வாறு பாதிக்கின்றன என்ற வழிமுறைகள் இதுவரை ஆராய்ச்சியாளர்களால் சரியாகப் புரிந்து கொள்ளப்படவில்லை. வளிமண்டலமானது ஒரு ஒழுங்கின்மை அமைப்பாகும். இதன் விளைவாக வளிமண்டல அமைப்பில் ஒரு பகுதியில் ஏற்படும் சிறிய மாற்றங்கள் கூட மொத்த அமைப்பிலும் பெரும் மாற்றமாக தீவிரமடையக்கூடும். இதனால் வானிலையை முன்கூட்டியே துல்லியமாகக் கணிப்பதில் சிக்கல்கள் உள்ளன. ஆயினும் வானிலை முன்கணிப்பாளர்கள் தினமும் அறிவியல் முறையான கணக்கீடுகளால் ஓரளவு துல்லியத்துடன் வானிலையை கணிக்கின்றனர்.

புவியில் வானிலையின் தாக்கம்

புவியின் அடிப்படை செயல்முறைகளில் வானிலையும் ஒன்றாகும். பாறைகள் காலநிலையின் தாக்கத்தால் அரிப்படைந்து மண்ணாக உருவாகி பின்னர் கனிமங்களாக மாறுகிறது. வானிலை காரணி

களால் பாறை படிப்படியாகச் சிதைவடைந்து மண் மற்றும் கனிமங்கள் தோன்றும் செயற்பாட்டுத் தொடர் வானிலை யாலழிதல் எனப்படும். மழை பொழியும் போது, காற்றில் இருந்து கார்பன் டை ஆக்சைடு நீர்த்துளிகளால் உறிஞ்சப்பட்டு கரைகின்றது. இது மழைநீரில் அமிலத்தன்மையை ஏற்படுத்தி அதற்கு அரிப்பு பண்புகளை அளிக்கிறது.

வானிலையாலழிதல் வளிமண்டலத்தின் பௌதீகக் காரணிகள், வேதியியல் காரணிகள் மற்றும் உயிரியல் காரணிகளால் நிகழலாம். மண்ணரிப்பு நிகழும்போது, துணிக்கைகள் அரித்து வேறு இடத்துக்கு எடுத்துச் செல்லப்படும். ஆனால் வானிலையாலழிதலில் துணிக்கைகள் இடம்பெயர்வதில்லை. பாறைகளில் அல்லது மண்ணில் ஏற்படும் வானிலையாலழிதலானது, பௌதீக வானிலையாலழிதல் மற்றும் வேதியியல் வானிலையாலழிதல் என இரண்டு வகைப்படுத்தப் படும். வானியல் காரணிகளான வெப்பம், நீர், பனிக்கட்டி மற்றும் அமுக்கம் என்பன நேரடியாக தாக்கம் செலுத்துவதால் பௌதீக வானிலையாலழிதல் நிகழ்கிறது. அமில மழை போன்ற நேரடி வேதியல் காரணிகளால் சிதைவுகளின் வேதியியல் தாக்கங்களாலும் வேதியியல் வானிலையாலழிதல் நிகழும். அமில மழையின் காரண மாக சோடியம் மற்றும் குளோரைடு (உப்புகள்) போன்றவை கடல்களில் படிவுகளாகத் தேங்குகின்றன. இப்படிவுகள் கால மாற்றத்தாலும் புவியியல் விசைகளாலும் வேறு வகைப்பாறை களாகவோ, மண் வகைகளாகவோ மாறுபாடு அடையக்கூடும். காலநிலை புவியின் மேற்பரப்பு அரிப்புகளை ஏற்படுத்துவதில் முக்கியப் பங்காற்றுகின்றன.

வானிலை முன்னறிவிப்பு

வானிலை முன்னறிவிப்பு என்பது எதிர்காலத்தில் ஒரு குறிப்பிட்ட நேரம் மற்றும் குறிப்பிட்ட இடத்திற்கு, புவியின் வளிமண்டலத்தின் நிலையை கணிக்க அறிவியல் மற்றும் தொழில்நுட்பத்தின் பயன்பாடு ஆகும். மனிதர்கள் ஆயிரக்கணக்கான ஆண்டுகளாக பல்வேறு முறைகளில் வானிலையை கணிக்க முயன்றனர். பத்தொன்பதாம் நூற்றாண்டிலிருந்து இது ஒரு முறையாக அறிவியல் துறையாக

உருவானது. வளிமண்டலத்தின் தற்போதைய நிலையைப் பற்றி தரவுகளை சேகரித்து, பின்னர் வளிமண்டல செயல்முறைகள் பற்றிய அறிவியல் புரிதலைப் பயன்படுத்தி வளிமண்டலம் எவ்வாறு மாறும் என்பதைக் கணித்து வானிலை முன்னறிவிப்புகள் செய்யப்படு கின்றன.

முதலில் பெரும்பாலும் முழு மனித முயற்சியாக இருந்த இந்த கணிப்புகள், தற்காலத்தில் கணினிகளைக் கொண்டு முன்னறிவிப்பு மாதிரிகளைப் பயன்படுத்தி எதிர்கால நிலைமைகள் தீர்மானிக்கப் படுகின்றன. முன்னறிவிப்பை அடிப்படையாகக் கொண்ட சிறந்த முன்னறிவிப்பு மாதிரியைத் தேர்வு செய்ய மனித உள்ளீடு தேவைப் படுகிறது.

வளிமண்டலத்தின் குழப்பமான தன்மை, வளிமண்டலத்தை விவரிக்கும் சமன்பாடுகளைத் தீர்க்க தேவையான பெருவாரியான கணக்கீட்டுச் சக்தி, ஆரம்ப நிலைகளை அளவிடுவதில் உள்ள பிழை மற்றும் வளிமண்டல செயல்முறைகளின் முழுமையற்ற புரிதல் ஆகியவை முன்னறிவிப்புகளின் குறைவான துல்லியத்திற்கு காரணி களாகும்.

புவியில் உச்சநிலைகள்

புவியில் வெப்பநிலை பொதுவாக ஆண்டுதோறும் ±40 °C (100°F முதல் -40°F) வரை இருக்கும். தட்பவெப்ப நிலைகள் இந்த வரம் பிற்கு வெளியேயும் தீவிர வெப்பநிலைகளை சில சமயங்களில் உருவாக்குகின்றன. 1983 சூலை 21 அன்று அண்டார்டிகாவில் உள்ள வோசுடாக் பகுதியில், இதுவரை பதிவு செய்யப்படாத குளிரான வெப்பநிலையான -89.2 °C (128.6 °F) பதிவானது. இதுவரை பதிவு செய்யப்பட்ட அதிகமான வெப்பநிலை 1922 செப்டம்பர் 13, அன்று லிபியாவில் உள்ள அசிசியாவில் பதிவான 57.7 °C (135.9 °F) ஆகும். எத்தியோப்பியாவில் உள்ள தலோல் என்ற இடத்தில் ஆண்டின் அதிகபட்ச வெப்பநிலையான 34.4 °C (93.9 °F) பதிவாகியுள்ளது. அண்டார்டிகாவின் வொசுடோக்கில் ஆண்டின் குளிரான சராசரி வெப்பநிலையான -55.1 °C (67.2 °F) பதிவாகியுள்ளது.

வேற்று கிரக வானிலை

மற்ற கோள்களில் வானிலை எவ்வாறு செயல்படுகிறது என்பதைப் படிப்பது, புவியில் அது எவ்வாறு செயல்படுகிறது என்பதைப் புரிந்து கொள்வதற்கு உதவியாகக் இருக்கின்றது. மற்ற கிரகங்களின் வானிலை புவியின் வானிலையைப் போன்றே பல இயற்பியல் கோட்பாடுகளைப் பின்பற்றுகிறது, ஆனால் அவை வெவ்வேறு அளவுகளில் மற்றும் வெவ்வேறு இரசாயன அமைப்புகள் கொண்ட வளிமண்டலங்களில் நிகழ்கிறது. புயலால் உருவாக்கப் பட்ட வியாழனின் பெரிய சிவப்புப் புள்ளி, சூரியக் குடும்பதத்தில் மிகவும் பிரபலமான வானிலை அடையாளங்களில் ஒன்றாகும்.

பெரிய கோள்களில் மேற்பரப்பில் குறைவான ஈர்ப்பு காரண மாக காற்று அபரிமிதமான வேகத்தை அடைகின்றது. வானிலை சூரிய ஆற்றலால் உருவாக்கப்படுகிறது என்பது அறிந்ததே. நெப்டியூன் போன்ற தொலைதூர கோள்கள் பெரும் சூரிய ஆற்றலின் அளவு புவியை ஒப்பிடும் போது மிகக்குறைவே, இருப்பினும் நெப்டியூனில் வானிலை நிகழ்வுகளின் தீவிரம் புவியை விட மிக தீவிரமாக உள்ளது. இது விஞ்ஞானிகளுக்கு ஒரு புரியாத புதிராக உள்ளது. இதுவரை கண்டுபிடிக்கப்பட்டதில், HD 189733 பி என்ற கோளில் காற்றின் வேகம் 9,600 km/h (6,000 mph) வரை இருப்பதாக பதிவு செய்யப் பட்டுள்ளது.

வானிலை என்பது கோள்களுக்கு மட்டும் உரித்தானவை அல்ல. கோள்களை போலவே நட்சத்திரங்களுக்கும் வளிமண்டலம் மற்றும் வானிலை இருக்கலாம். நட்சத்திரங்களில் ஒன்றான சூரியனின் கதிர்கள் சூரிய குடும்பம் முழுவதும் மிக மெல்லிய வளி மண்டலத்தை உருவாக்குகிறது. சூரியனில் இருந்து வெளியேற்றப் படும் இவை சூரியக் காற்று என்று அழைக்கப்படுகிறது.

தாழ்வழுத்தப் பகுதி

தாழ்வழுத்தப் பகுதி அல்லது சூறாவளி என்பது நிலவியல் வரை படத்தில் வளிமண்டல அழுத்தமானது சுற்றியுள்ள இடங்களை விட குறைவாக உள்ள இடத்தைக் குறிக்கிறது. அடிவளிமண்டலப் பகுதி

களின் மேல் மட்டத்தில் உருவாகும் காற்று விரிவடைதலை மைய மாகக் கொண்டு தாழ்வழுத்தப் பகுதி உருவாகின்றன. குறைந்த அழுத்தப் பகுதியின் உருவாக்கச் செயல்முறையானது சூறாவளியின் தோற்றம் என்று அழைக்கப்படுகிறது. வானிலையியல் துறையில், வளிமண்டல விரிவாக்கம் இரண்டு பகுதிகளில் நிகழ்கிறது. முதல் பகுதி மேல் தாழ்வழுத்தப் பகுதியின் கிழக்கில் உள்ளது. இது மேல்காற்று அடுக்கிற்குள் ஒரு ரோஸ்பி அலையின் பாதியை உருவாக்குகிறது (வெப்பமண்டலத்தின் வழியாக விரிவடையும் பெரிய அலைநீளம் கொண்ட ஒரு தொட்டி).

சிறிய அலைநீளம் கொண்ட உட்பொதிக்கப்பட்ட குற்றலை காற்றழுத்தத் தாழ்வழுத்தப் பகுதிகளுக்கு முன்னால் காற்றின் வேறுபாட்டின் இரண்டாவது பகுதி நிகழ்கிறது. இந்த இரு காற்றழுத்தத் தாழ்வுப்பகுதிகளுக்கு மேலே விரிவடையும் காற்றுகள் கீழேயுள்ள வெப்பமண்டலத்திற்குள் வளிமண்டல உயர்வுக்கு காரணமாகிறது. மேல்நோக்கிய இயக்கமானது பகுதியளவு ஈர்ப்பு சக்திக்கெதிராக ஈடுசெய்வதாலும் மேலே சொன்ன காரணமானது பரப்பு அழுத்தங்களைக் குறைக்கிறது.

வெப்பவியல் தாழ்வழுத்தங்கள் பெரிய நிலப்பகுதிகள் அல்லது பாலைவனப் பகுதிகளில் உண்டான அதிகளவு சூரிய வெப்பத்தால் ஏற்படுவதாகும். இப்படிப்பட்ட வெப்பம் மிகுந்த பகுதிகளில் உள்ள வெப்பமிகு காற்றானது அதன் சுற்றுப்புறத்தில் உள்ள காற்றை விட குறைவான அடர்த்தி உடையதாக உள்ளது. இந்த வெப்பமான காற்று மேலெழும்புவதால், வளிமண்டல அழுத்தமானது புவியின் மேற்பரப்பிற்கு அருகில் குறைகிறது. பேரளவிலான நிலப்பகுதி களின் மீதான வெப்பத் தாழ்வழுத்தம் பருவக்காற்றுகளின் சுழற்சிக்கு உதவுகின்றன.

குறைந்த காற்றழுத்தப் பகுதிகளானது வெப்பமான நீர்ப்பகுதியின் மேல் ஏற்படும் இடிமின்னல் செயல்பாட்டின் காரணமாகவும் ஏற்படலாம். இது வெப்ப மண்டலப் பகுதிகளில் வெப்ப மண்டலத் தடை காற்றழுத்த தாழ்வு மண்டலங்களுடன் ஏற்படும் போது இது பருவக்காற்று காற்றழுத்தத் தாழ்வுப்பகுதி என அழைக்கப்படுகிறது.

இத்தகைய தாழ்வழுத்தப் பகுதிகள் தங்கள் வடக்கு முனையை ஆகஸ்டிலும், தெற்கு முனையை பிப்ரவரியிலும் அடைகின்றன. வெப்ப மண்டலங்களில், நன்கு வெப்பமான சுழற்சியை ஒரு வெப்பச் சலனமானது பெறும்போது அது வெப்பமண்டலச் சூறாவளி என்று அழைக்கப்படுகிறது. உலகளவில் ஆண்டின் எந்த மாதத்திலும் வெப்பமண்டல சூறாவளிகள் உருவாகலாம். ஆனால், டிசம்பர் மாதத்தில் வடக்கு அரைக்கோளத்திலோ அல்லது தெற்கு அரைக்கோளத்திலோ இது ஏற்படலாம்.

உருவாதல்

சூறாவளி உருவாதல் என்பது வளிமண்டலத்திற்குள் சூறாவளி சுழற்சிகள் வளர்ச்சியடைதல் அல்லது வலுவடைதல் என்பதாகும். சூறாவளி உருவாக்கம் என்பது சூறாவளி நலிவாக்கத்திற்கு எதிரானது ஆகும். மேலும், இது சூறாவளிக்கெதிரான (உயர் அழுத்த அமைப்பு) சமானமான உயர் அழுத்த பகுதிகள் உருவாதல் அல்லது எதிர்ப்புயல் உருவாதலைக் குறிக்கிறது. சூறாவளி உருவாதல் என்பது பல்வேறு செயல்முறைகளுக்கான ஒரு குடைச்சொல் ஆகும். சூறாவளி வளர்ச்சி தொடர்பாக உருவான அனைத்தும் இதன் கீழ் வருகின்றன.

வானிலை ஆய்வாளர்கள் பூமியின் சுழற்சியின் திசையில் வட்ட அழுத்த அமைப்புகள் இயங்குவதைக் குறிப்பதற்கு 'சூறாவளி' என்ற வார்த்தையைப் பயன்படுத்துகின்றனர். இது இயல்பாக தாழ்வழுத்தப் பகுதியுடன் ஒத்திசைகிறது. மிகப்பெரிய தாழ்வழுத்த அமைப்புகள் குளிர்-மைய துருவ சூறாவளிகள் மற்றும் வெப்பமண்டல சேய்மைச் சூறாவளிகள் ஆகும். அவை சுருங்கிய அளவில் உள்ளன.

வெப்ப மண்டல சூறாவளிகள், காற்றிடை புயலியக்கங்கள் மற்றும் துருவ தாழ்வழுத்தப் பகுதிகள் போன்ற வெப்பமைய சூறாவளிகள் சிறிய நடுத்தர அளவிலானவையாக உள்ளன. துணை வெப்ப மண்டல சூறாவளிகளும் இடைநிலை அளவு கொண்டவை.

சூறாவளி உருவாதல் நுண் அளவுகளிலிருந்து சுருக்கமாக அளவுகள் வரை பல அளவுகளில் நிகழலாம். பெரிய அளவிலான தாழ்வழுத்தப் பகுதிகள், ரோஸ்பை அலைகள் எனவும் அழைக்கப்படுபவை, சுருக்கமான அளவிலானவை. பெரிய அளவிலான தாழ்வழுத்தப் பகுதிகளைச் சுற்றியுள்ள இயக்கத்திற்குள் பொதிக்கப்பட்ட குறைநீள காற்றழுத்தத் தாழ்வுப் பகுதிகள் சிறிய அளவிலோ அல்லது இயற்கையிலேயே நடுத்தரமான அளவிலோ உள்ளன.

10. வெப்பமண்டலச் சேய்மைப் புயல்

வெப்ப மண்டலச் சேய்மைப் புரியல் (Extratropical cyclones) என்பது சிலசமயங்களில் மத்திய அட்சரேகை புயல் அல்லது புயற்காற்றலை என்று அறியப்படுகிறது. இது குறைந்த அழுத்த பகுதியாக உருவாகி எதிர்புயற்காற்று உருவாக்கம் அதிக அழுத்தப் பகுதிகளோடு சேர்ந்து இந்தப் பூமியின் பருவநிலையை நகர்த்திச் செல்கிறது. இந்த வெப்பமண்டலப் புயலானது மேகக் கூட்டங்களை யும், மிதமான மழை அல்லது அதிதீவிர மழையை உருவாக்கும் வல்லமை கொண்டது.

அதோடு பலமான காற்று, இடி, மின்னல், மழை, பனிப்புயல், காற்று மற்றும் சூறைக்காற்று ஆகியவைகளை உருவாக்கும் ஆற்றல் கொண்டது. இந்த வகையான மத்திய அட்சரேகைப் பகுதியில் உருவாகும் குறைந்த அழுத்தப் புயல்களைக் கொண்ட பருவநிலை அமைப்புகள் வெப்பமண்டலச் சூறாவளியை காட்டிலும் மாறு பட்டிருக்கும். இது போன்ற வெப்பமண்டலப் புயல்கள் வேகமான வெப்பநிலை மாற்றங்களை உருவாக்கும் மற்றும் பரந்து விரிந்த பனிநிலைகளையும் உருவாக்கும்.

புயல் என்ற சொல் பலவகையான காற்றழுத்த தாழ்வுப் பகுதிகளுக்கு பொதுவாக வழங்கக்கூடிய பெயர். ஆனால் மத்திய அட்சரேகையில் அதாவது பூமியில் 30 மற்றும் 60 டிகிரி அட்சரேகையில் உருவாகும் புயல்களைதான் வெப்பமண்டலச் சேய்மைப் புயல் என்று அழைக்கிறோம். பொதுவாக இந்த வகையான புயலகள் அட்சரேகைக்கு வெளியே உருவாகிறது. வானிலை முன்னறிவிப்பாளர்கள் மற்றும் பொதுமக்கள் இது போன்ற ஒரு சூறாவளியை தாழ்வழுத்தப் பகுதி அல்லது முகப்புப் புயல் அல்லது முகப்புப் தாழ்வழுத்தம் என்றும் அழைக்கிறார்கள்.

வெப்பமண்டலச் சேய்மை சூறாவளி பொதுவாக பூமியின் பூமத்திய ரேகையில் இருந்து 30 மற்றும் 60 டிகிரி இடைப்பட்ட அட்சரேகையில் சூறாவளித் தோற்றம் முறை அல்லது வெப்பமண்டல நிலை மாற்றும் முறையில் உருவாகிறது. தென்னரைக்கோளப் பகுதியில் வெப்பமண்டல சூறாவளிப் பற்றி மேற்கொண்ட ஆய்வுகளில் 30 மற்றும் 70 டிகிரி இடைப்பட்ட பகுதிகளில் ஒவ்வொரு 6 மணிநேர கால இடைவெளியில் சுமார் 37 புயல்கள் உருவாகுவதாக கண்டறியப்பட்டுள்ளது. மேலும் தனிப்பட்ட வட அரைக்கோளப் பகுதியில் வெப்பமண்டலப் புயல்கள் குறித்த ஆய்வின்படி குளிர் காலத்தில் சுமார் 234 குறிப்பிடத்தக்க வெப்பமண்டலப் புயல்கள் உருவாகுவதாக அறியப்பட்டுள்ளது.

சூறாவளித் தோற்றம்

வெப்பமண்டல சூறாவளி என்பது ஒரு நேர்மட்ட வெப்ப எல்லையில் அல்லது பனிநிலை விகிதத்தில் ஏற்படும் ஒரு குறிப்பிட்ட செங்குத்து காற்றுத் திசைவேக மாறுபாடு. இதை பாராசிளினிக் சூறாவளி என்று வகைப்படுத்தப் படுகிறது. ஆரம்பத்தில் சூறாவளித் தோற்றமாக அல்லது காற்றழுத்த தாழ்வுப் பகுதியாக வெளிப்புற மண்டலத்தில் அருகில் சாதகமான கால்ப்பகுதியில் அதிகப்படியாக மேற்பகுதியில் ஒரு வேகமான காற்றோடையாக உருவாகிறது. சாதகமான கால்ப்பகுதிகள் வழக்கமாக வலது பின்புறம் மற்றும் இடது முன் கால்பகுதி, அங்குதான விரிவுப்பகுதி ஏற்படுகிறது. விரிவடைவதால் காற்று நெடுவரிசையின் மேலிருந்து வெளியேற

காரணமாகிறது. நெடுவரிசையில் நிறை குறைக்கப்படுவதால், மேற்பரப்பு மட்டத்தில் வளிமண்டல அழுத்தம் (காற்றின் எடை) குறைகிறது. குறைக்கப்பட்ட அழுத்தம் சூறாவளியை பலப்படுத்துகிறது (குறைந்த அழுத்த அமைப்பு). குறைக்கப்பட்ட அழுத்தம் காற்றை இழுத்து செயல்படுகிறது, இது குறைந்த அளவிலான காற்றழுத்தத்தில் ஒன்றிணைகிறது.

குறைந்த-நிலை குவிப்பு மற்றும் மேல்-நிலை விரிவடைதல் ஆகியவை நெடுவரிசையில் மேல்நோக்கி இயக்கத்தைக் குறிக்கின்றன. இதனால் சூறாவளிகள் மேகமூட்டமாக இருக்கிறது. சூறாவளி வலுப்பெறும்போது, குளிர்ந்த காற்று பூமத்திய ரேகை நோக்கிச் சென்று சூறாவளியின் பின்புறத்தைச் சுற்றி நகர்கிறது. இதற்கிடையில், அதனுடன் தொடர்புடைய சூடான காற்று மெதுவாக முன்னேறுகிறது, முன்பகுதியில் உள்ள குளிர்ந்த காற்று அமைப்பானது மிக அடர்த்தியாக உள்ளதால் காற்று இந்த அமைப்பை விட்டு வெளிவருவது கடினமாகிறது.

❖

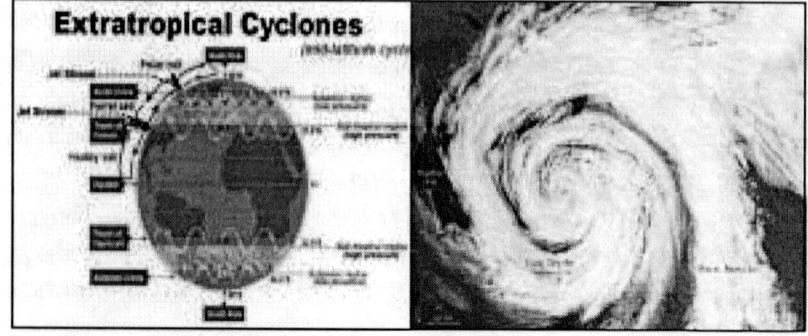

11. ஐரீன் சூறாவளி

ஐரீன் சூறாவளி (Hurricane Irene) என்பது அமெரிக்காவின் கிழக்கு கரையோர பிரதேசங்களுக்கூடாக நகர்ந்து 2011 ஆகஸ்டு இறுதிப் பகுதியில் தாக்கத்தை ஏற்படுத்திய சூறாவளியைக் குறிக்கும். அட்லாண்டிக் பெருங்கடலில் தோன்றிய 'ஐரீன்' எனப் பெயரிடப் பட்ட இந்த சூறாவளி 1985ல் அமெரிக்காவைத் தாக்கிய, 'க்ளோரியா' சூறாவளிக்குப் பின் பாரிய சூறாவளியாகக் கொள்ளப் படுகின்றது. 'ஐரீன் சூறாவளி' அமெரிக்காவின் வட கரோலினா மாநிலத்தை ஆகத்து 27ம் திகதி தாக்கத் தொடங்கியுள்ளது. சுமார் 960 கிலோ மீட்டர் விட்டம் கொண்ட இந்த ஐரீன் சூறாவளி மணிக்கு 140 கிலோமீட்டர் வேகத்தில் நகருவதாக தெரிவிக்கப்படு கிறது. இதனால் அமெரிக்காவின் கிழக்கு பிரதேச நகரங்களுக்கு பெரிய சேதம் ஏற்படலாம் என அஞ்சப்படுகிறது.

புயல் தாக்குவதற்கு முன்னதாகவே பாதுகாப்பு கருதி அரசு திறந்துள்ள மையங்களுக்குச் செல்லுமாறு மக்களுக்கு அறிவுறுத்தப் பட்டது. வீடுகளில் மின்சார விநியோகம் நின்றுவிடும் என்பதால் முன்கூட்டியே உணவு தயாரித்து கையிருப்பில் வைத்துக் கொள்ளு

மாறும், மருந்து - மாத்திரைகளை பத்திரப்படுத்தி எடுத்துக் கொள்ளு மாறும், பேட்டரி, டார்ச் லைட்டுகள் போன்றவற்றைப் பயன் படுத்தத் தயார் நிலையில் வைத்திருக்குமாறும் அரசு கேட்டுக் கொண்டது.

வட அட்லாண்டிக் பெருங்கடல் பகுதியில், சூறாவளிகள் அடிக்கடி உருவாவது வழக்கம். இந்த சூறாவளிகள் உருவாகும் காலகட்டம், 'அட்லாண்டிக் பருவம்' என அழைக்கப்படுகிறது. இந்தாண்டில் இப்பருவம், 2011 சூன் 1ம் தேதி ஆரம்பமாகி, நவம்பர் 30ம் தேதியோடு முடிவடைகிறது.

சூறாவளியில், '3'ம் எண் நிலை என்பது மிகப் பேராபத்தை விளை விக்கக்கூடியது. இதற்கிடையில் கடந்த இரு நாட்களில், 'ஐரீன்' வீரியம் குறைந்து, '1'ம் எண் நிலையை எட்டியது. எனினும், அதன் வேகம் மணிக்கு 150 கி.மீ., தூரம் இருக்கும். அதன் விளைவு 150 கி.மீ., சுற்றளவில் எதிரொலிக்கும். சூறாவளி வீசும் பகுதிகளில், இடியுடன் கூடிய பலத்த மழை, அதனால் கடும் வெள்ளப் பெருக்கு போன்றவை ஏற்படும் எனவும், வானியல் நிபுணர்கள் எச்சரிக்கை விடுத்தனர். அமெரிக்காவின் கிழக்குக் கடலோர மாநிலங்களை ஐரீன் என்ற சூறாவளி ஆகத்து 27 அதிகாலை தாக்கியது. மணிக்கு 80 மைல் வேகத்தில் அடிக்கத் தொடங்கிய சூறாவளிக் காற்று கரையைத் தொட்டதும் 75 மைல் வேகத்துக்குத் தணிந்தது.

'ஐரீன்' சூறாவளி, அமெரிக்கக் கிழக்கு கடற்கரையோரமாக பயணித்து, நியூயார்க் அருகில் வலுவிழக்கும் என எதிர்பார்க்கப் படுகிறது. இதனால், வடக்கு கரோலினா, விர்ஜினியா, மேரிலேண்ட், டெலாவேர், நியூ ஜெர்சி, நியூயார்க் மற்றும் கனடிக்கட் ஆகிய 7 மாகாணங்களில் அவசர நிலை பிறப்பிக்கப்பட்டுள்ளது. அமெரிக்காவின் மிகப்பெரிய நகரங்களில் ஒன்றான நியூயார்க்கில் கடந்த இரு தசாப்தங்களில் முதல் தடவையாக சூறாவளி அபாய எச்சரிக்கை விடுக்கப்பட்டுள்ளது.

சுமார் 8 இலட்சம் மக்கள் வசிக்கும் நியூயார்க் நகரில் 3 இலட்சத்து 70 ஆயிரம் பேரை வீடுகளை விட்டு வெளியேறுமாறு உத்தரவிடப் பட்டுள்ளது.

அமெரிக்க அதிபர் பராக் ஒபாமா விடுத்துள்ள அறிக்கை யில், 'இது வரலாறு காணாத சூறாவளி; அதனால், மக்கள் எச்சரிக்கை யுடன் பாதுகாப்பாக இருக்க வேண்டும்' எனக் கேட்டுக் கொண்டுள்ளார்.

நியூயார்க் மற்றும் நியூஜெர்சியில் உள்ள விமான நிலையங்கள் மூடப்பட்டன. ஆகத்து 29 வரை 8337 விமானங்களின் பயணங்கள் ரத்து செய்யப்பட்டன. நியூயார்க்கில் உள்ள அனைத்து போக்கு வரத்து வசதிகளும் மூடப்பட்டு உள்ளன. 468 சுரங்க ரயில் பாதை நிலையங்கள், 840 மைல் நீளத்துக்கு உள்ள ரயில் பாதைகள் மூடப்பட்டு உள்ளன. பஸ் போக்குவரத்து ரத்து செய்யப்பட்டு உள்ளது.

ஐரின் புயலில் சிக்கி உயிரிழந்தோரின் எண்ணிக்கை 11 மாநிலங்களில் 43 ஆக உயர்ந்துள்ளது. இப்புயலால் நியூயார்க், பென்சில்வேனியா, வடக்கு கரோலினா ஆகிய பகுதிகள் கடுமையாக பாதிக்கப் பட்டன. கனமழை மற்றும் காற்றால் லட்சக்கணக்கானோர் பாதிக்கப்பட்டுள்ளனர்.

ஐரீன் சூறாவளியால் பல மில்லியன் பெறுமதியான சொத்துக்கள் சேதமடைந்துள்ளன. சுமார் 7 பில்லியன் டாலர் அளவில் காப்புறுதி கோரப்படும் என அமெரிக்க நுகர்வோர் சம்மேளனம் கணக் கிட்டுள்ளது.

அமெரிக்காவின் நியுயார்க் நகரை 'ஐரீன்' ஆகத்து 28 இல் சூறாவளி தாக்கியது. நகரை நெருங்கி வரும்போது அதன் வேகம் மிகவும் குறைந்து விட்டதால் பாதிப்பு பெருமளவு இல்லை என்றாலும், கனத்த மழையால் நகரின் பல பகுதிகளில் வெள்ளம் பெருக் கெடுத்தது.

12. அமெரிக்க தெற்குப்பகுதி சூறாவளி

ஐக்கிய அமெரிக்காவின் தெற்கு பகுதியில் வீசிய கடும் சூறாவளிக்கு இதுவரை 305 பேர் உயிரிழந்துள்ளனர். இந்த எண்ணிக்கை மேலும் அதிகரிக்கும் என்று அஞ்சப்படுகிறது.

அலபாமா, ஆர்கன்சா, ஜார்ஜியா, இலினாய், கென்டக்கி, மிசிசிப்பி, மிசூரி, ஓக்லகோமா மாநிலப் பகுதிகள் இந்த சூறாவளியால் பாதிக்கப்பட்டுள்ளன. அலபாமாவில் மட்டும் 204 பேர் உயிரிழந்தனர். இதனையடுத்து மீட்பு பணிகள் முடுக்கி விடப்பட்டுள்ளன. மேலும், 1,700 பேர் படுகாயம் அடைந்துள்ளனர்.

கடந்த 1974 ஆம் ஆண்டு ஏப்ரல் மாதம் 3 ஆம் தேதி ஏற்பட்ட கடும் சூறாவளிக்கு 310 பேர் இறந்தனர். அதன் பிறகு தற்போது தான் மோசமான சூறாவளி வீசியுள்ளது. இதனால் அமெரிக்கர்கள் அதிர்ச்சி அடைந்துள்ளனர். இந்த சூறாவளியில் சிக்கி அலபாமா ஆளுநரின் சொந்த ஊரான டஸ்கலூசா முற்றிலுமாக சேதம் அடைந்துள்ளது. அதனால் இறந்தோர் எண்ணிக்கை அதிகரிக்கும் என்று கூறப்படுகிறது.

●

அமெரிக்காவின் ஒக்லகோமா பகுதி சூறாவளி

அமெரிக்காவின் ஒக்லகோமா நகரப் பகுதியில் 2 மைல் சுற்றளவுடன் சூறாவளி தாக்கியதில் 20 சிறுவர்கள் உட்படக் குறைந்தது 91 பேர் கொல்லப்பட்டனர். 200 கிமீ/மணி வேகத்தில் வீசிய இப்புயலில் ஆரம்பப் பாடசாலை ஒன்று நேரடியாகத் தாக்கப்பட்டதில் இடிபாடுகளிடையே பலர் சிக்குண்டனர். மேலும் பாடசாலை சேதமடைந்தது.

அரசுத் தலைவர் பராக் ஒபாமா ஒக்லகோமா மாநிலத்தை பேரழிவுப் பகுதி என அறிவித்துள்ளார். நடுவண் அரசின் நிவாரண உதவிகள் உள்ளூர் மக்களுக்குச் செல்ல அனைத்து நடவடிக்கைகளும் எடுக்க அதிகாரிகளுக்குக் கட்டளையிட்டுள்ளார்.

நேரம் பிற்பகல் 2:56 மணிக்கு 55,000 மக்கள் தொகை கொண்ட மூர் என்ற புறநகரை சூறாவளி தாக்கி சுமார் 45 நிமிட நேரம் நிலை கொண்டிருந்தது. பிளாசா டவற்சு ஆரம்பப் பாடசாலையின் கூரைகள் பிடுங்கி எறியப்பட்டன. சுவர்கள் இடிந்து வீழ்ந்தன. மூன்று அடி உயரத்துக்கு கிடக்கும் இடிபாட்டுக் குவியல்களின் அடியில் வேறு பல மாணவர்களும் சிக்குண்டிருக்கலாம் என்று அஞ்சப்படுகிறது.

பொதுவாக இத்தகைய சூறைப் புயல்கள் பொது வெளிகளையே தாக்கும். ஆனால் இம்முறை குடியிருப்புகளைத் தாக்கியுள்ளதாக செய்தியாளர்கள் தெரிவிக்கின்றனர்.

1999 மே 3 ஆம் நாள் இப்பகுதியில் தாக்கிய சூறாவளியினால் 40 பேர் கொல்லப்பட்டனர்.

13. உசாகி சூறாவளி

உசாகி சூறாவளி (Typhoon Usagi) என்பது 2013ஆம் ஆண்டு வடமேற்கு பசிபிக் பெருங்கடலில் பத்தொன்பதாம் வெப்ப மண்டல நிலையில் உருவான, உலகம் முழுவதுக்குமே அதிக பயத்தை உருவாக்கிய மிகக் கடுமையான வெப்ப மண்டலச் சூறாவளி ஆகும். செப்டம்பர் 16 இல் பிலிப்பைன்ஸ் அருகில் உருவாகி செப்டம்பர் 19 இல் அதிக வலுப்பெற்று செப்டம்பர் 21ல் பலவீன மடைந்து சீனாவின் குவாங்டாங் அருகில் கரையைக் கடந்தது.

பிலிப்பீன்சின் கிழக்கு பகுதியான லுசானில் செப்டம்பர் 15 இல், வெப்ப சலனம் அல்லது குறைந்த அழுத்த பகுதி உருவானது. இதை ஜப்பான் வானிலை ஆய்வு மையம் ஒரு வெப்ப மண்டலம் உருவாகி யுள்ளதென உறுதி செய்தது. இதனை செப்டம்பர் 16 இல் கூட்டு சூறாவளி எச்சரிக்கை மையமும் உறுதி செய்தது.

இதற்கு முதலில் பிலிப்பீன்சின் உள்ளூர் பெயரான Odette என்று பெயர் ஒதுக்கப்பட்டது. அதே நாளில் இது வெப்பமண்டல சூறாவளியாகத் தரமுயர்த்தப்பட்டு, 'உசாகி' என்று பெயர் மாற்றப் பட்டது.

இச்சூறாவளி 10 நிமிடத்திற்கு 205 கிமீ வேகத்தில் (125 மைல்) வீசியது. அதன்பின் செப்டம்பர் 20 ம் தேதி, உசாகி 75 கிமீ (47 மைல்) வேகத்தில் வீசியது.

பிலிப்பைன்ஸ் வடகிழக்கு அரோரா மாகாணத்தில் பயணிகள் படகு கவிழ்ந்து மூழ்கியதால் 20 வயதான பெண், 50 வயது மனிதன் உட்படப் பலர் காணாமல் போனார்கள். கேத்தே பசிபிக் ஏர்வேஸ் ஹொங்கொங் பன்னாட்டு வானூர்தி நிலையம் 360 விமானங்கள் 6 மணி நேரம் 21 செப்டம்பர் அன்று ரத்து செய்யப்பட்டதாக அறிவித்தது. தைவானில், 3000 க்கும் மேற்பட்ட மக்கள் வெள்ளம்-புரண்ட பகுதிகளில் பாதிக்கப்பட்டனர். மற்றும் சீனாவில் 25 பேர் இறந்ததாக சீனா அறிவித்தது.

14. சூறாவளி நர்கீஸ்

சூறாவளி நர்கீஸ் என்பது மியான்மாரில் (பர்மா) மே 2008 இல் வீசிய கடும் சூறாவளியைக் குறிக்கும். இச்சூறாவளியின் தாக்கத்தால் மியான்மாரில் பலத்த சேதம் ஏற்பட்டதாகவும், குறைந்தது 22,500 பேர் கொல்லப்பட்டதாகவும் அறியப்படுகின்றது. நர்கீஸ் மியான் மாரைத் தாக்கும் முன்னர் கடைசியாக 2006ஆம் ஆண்டில் சூறாவளி மாலா இந்நாட்டைத் தாக்கியது.

ஏப்ரல் 27, 2008இல் நர்கீஸ் சூறாவளி வங்காள விரிகுடாவின் நடுப் பகுதியில் முதன் முதலில் தோன்றியது. ஆரம்பத்தில் மிக மெதுவாக வடமேற்குத் திசையில் நகர்ந்த இச்சூறாவளி தனக்குச் சாதகமான காலநிலையை சந்தித்ததில் அதன் தாக்கம் தீவிரமாகியது. ஏப்ரல் 29 அளவில் உலர்ந்த காற்று இதன் தாக்கத்தைக் குறைத்திருந்தாலும், மே 2இல் அதன் வேகம் தீவிரமடைந்து குறைந்தது 165 கிமீ/மணி (105 மைல்/மணி) வேகத்தை அடைந்தது. அதன் உயர் வேகம் 215 கிமீ/மணி (135 மைல்/மணி) ஆகப் பதியப்பட்டது. மியான்மரின் ஐராவதி டெல்டா கரையை உயர் செறிவில் தாண்டிய சூறாவளி பின்னர் யங்கோன் (ரங்கூன்) நகரை கடந்தபோது அதன் தாக்கம் படிப் படியாகக் குறைந்து மியான்மர்-தாய்லாந்து எல்லையில் மறைந்தது.

15. 2000 இலங்கைச் சூறாவளி

2000 இலங்கைச் சூறாவளி (IMD designation: BOB 06 JTWC designation: 04B) என்பது 1978 ஆம் ஆண்டிலிருந்து இலங்கையின் மீது வீசிய பலம் வாய்ந்த வெப்ப மண்டலச் சூறாவளி ஆகும். இது 2000 ஆம் ஆண்டின் வட இந்தியப் பெருங்கடலின் சூறாவளிப்பருவத்தில் வீசிய நான்காவதும் கடுமையான இரண்டாவது சூறாவளியும் ஆகும்.

2000 ஆம் ஆண்டு டிசம்பர் 25ஆம் நாளன்று இச்சூறாவளி திரிந்த வானிலையைக் கொண்ட ஒரு பிரதேசத்தில் இருந்து விரிவடைந்தது. இது மேற்குப் பக்கமாக நகர்ந்து திடீரென பலமான சூறாவளியாக உருவெடுத்து 75 mph (120 கிமீ/மணி) எனும் வேகத்தை அடைந்தது.

இலங்கையின் கிழக்குப் பகுதியை உச்ச பலத்துடன் இச்சூறாவளி தாக்கியது. பின்னர் பலவீனமடைந்த இச்சூறாவளி டிசம்பர், 28 ஆம் நாளன்று தென்னிந்தியாவைத் தாக்கிச் சிதறடிக்கும் வரையில் இலங்கைத் தீவை சற்று மெதுவாகக் கடந்து சென்றது.

1978 ஆம் ஆண்டில் வீசிய சூறாவளியின் 110 mph (175 கிமீ/மணி) வேகத்தை விடவும் குறைவான வேகம் கொண்ட இலங்கையைத் தாக்கிய முதலாவது வேகம் குறைந்த சூறாவளி இதுவாகும். 1992 ஆம் ஆண்டின் பின்னர் இலங்கைத்தீவைத் தாக்கிச் சென்ற வெப்பமண்டலச் சூறாவளி இதுவாகும்.

1996 ஆம் ஆண்டின் பின்னரான டிசம்பர் மாதத்தில் வீசிய வங்காள விரிகுடாவின் தீவிரமான சூறாவளி இதுவாகும். இச்சூறாவளி கனமான அடைமழைகளையும், பலமான காற்றுக்களையும் உருவாக்கியது மட்டுமன்றி பத்தாயிரத்திற்கு மேற்பட்ட வீடுகளை சேதப்படுத்தியதுடன், 500,000 மக்களை இடம்பெயர்ந்து செல்லவும் செய்தது. இச்சூறாவளியின் விளைவாக ஒன்பது பேர் பலியாகினர்.

வளிமண்டல மேற்காவுகைக்கு (வளிமண்டல வெப்பச் சலனம், atmospheric convection) உட்பட்ட பிரதேசமொன்று வங்காள விரிகுடாவின் மத்திய பகுதியில் 2000 ஆம் ஆண்டில் டிசம்பர் மாதம் 21 ஆம் திகதி உருவாகி விரிவடைந்தது.

இது செயற்பாட்டிலுள்ள பூமத்தியரேகைத் தொட்டிக்கு (equatorial trough) அருகில் உருவானது. இது பலவீனமான செங்குத்தான காற்று பெயர்ச்சியைக் (weak vertical wind shear) கொண்ட ஒரு பிரதேசத்தில் அமைந்திருந்தது.

16. சூறாவளி ஆண்ட்ரூ

சூறாவளி ஆண்ட்ரூ, 1992 ஆம் ஆண்டு ஆகஸ்ட் மாதம் புளோரிடாவைத் தாக்கியது. அந்த மாநிலத்தைத் தாக்கிய மிகுந்த அழிவுகரமான சூறாவளி. இது 5வது வகையைச் சார்ந்த அட்லாண்டிக் சூறாவளி ஆகும்.

அமெரிக்காவில் கரையை கடந்த சூறாவளிகளில் அதிக செலவை ஏற்பபடுத்தியது. 2005ஆம் ஆண்டில் அது கத்ரீனாவால் முறியடிக்கப் பட்டது. பஹாமாஸ் மற்றும் லூசியானாவில் ஆண்ட்ரூ பெரும் சேதத்தை ஏற்படுத்தியது. ஆனால் 165 மைல் (270 கிமீ/மணி) காற்றின் வேகத்துடன் தென் புளோரிடாவில் மிகப்பெரிய தாக்கத்தை ஏற்படுத்தியது.

மியாமி-டேட் கவுண்டியில் உள்ள ஹோஸ்டெஸ்ட்டின் வழியாக நேரடியாகச் சென்றது, அது பல வீடுகளில் இருந்து கான்கிரீட் அடித்தளங்கள் அகற்றிப் போட்டது . மொத்தத்தில், இது 63,500 க்கும் அதிகமான வீடுகளை அழித்தது. 101,000 க்கும் மேற்பட்ட இதர சேதங்களை ஏற்படுத்தியது. 26.5 பில்லியன் டாலர் சேதம் ஏற்பட்டது மற்றும் 65 பேர் இறந்தனர்.

ஆகஸ்ட் 16 அன்று கிழக்கு அட்லாண்டிக் பெருங்கடலில் ஆண்ட்ரூ ஒரு வெப்பமண்டல தாழ்வழுத்தமாக உருவானது. ஒரு வாரம் கழித்த பிறகும் மைய அட்லாண்டிக் பகுதியில் கணிசமாக வலுப்பெறாமல் இருந்தது.

ஆகஸ்ட் 23 அன்று பஹாமாஸுக்கு மேற்கு நோக்கி நகர்ந்து கொண்டிருக்கும் போது அது கடுமையான வலுவான பிரிவு 5 சூறாவளியாக தீவிரமடைந்தது. தீவு நாட்டை பயணித்தபோது, பகுப்பு 4 க்கு அது பலவீனமடைந்தது என்றாலும், எலியட் கீ மற்றும் ஹோமஸ்டெட்டில் கரையை கடக்கும் முன்னதாக அதன் பிரிவு 5 நிலையை மீண்டும் பெற்றது.

புளோரிடாவில், 922 mbar (27.23 inHg) பாரமெட்ரிக் அழுத்தத்துடன் கரையைக் கடந்தது. ஆண்ட்ரூ அமெரிக்காவில் அடித்த நான்காவது மிகவும் கடுமையான சூறாவளி ஆகும். பல மணி நேரம் கழித்து, சூறாவளி மெக்சிக்கோ வளைகுடாவில் பிரிவு 4 வலிமையிருந்தது. அதன் பாதையில் அமெரிக்காவின் வளைகுடா கடற்கரையும் இருந்தது.

வடமேற்குப் பகுதியில் திரும்பி, மேலும் வலுவிழந்தது. லூசியானா, மார்கன் சிட்டிக்கு அருகே ஆண்ட்ரூ கடற்கரையில் வகை 3 புயலாக வலுவிழுந்தது.

●

சூறாவளி கத்ரீனா

சூறாவளி கத்ரீனா (Hurricane Katrina) என்பது ஐக்கிய அமெரிக்காவின் வரலாற்றில் மிகவும் மோசமான விளைவுகளைத் தந்த ஒரு சூறாவளி யாகும். இதுவே அட்லாண்டிக் மாக்கடலில் பதிவாகிய மிகவும் வலிமையான சூறாவளிகளில் ஆறாவதாகும்.

கட்ரீனா ஆகஸ்ட் 23, 2005 இல் உருவாகி, அமெரிக்க வளைகுடாக் கரையோரப் பகுதியின் வடமத்திய பகுதிகள் அனைத்தையும் மோசமாகப் பாதித்தது. மிகவும் மோசமான பாதிப்பு லூசி யானாவில் நியூ ஓர்லியன்ஸ் பகுதியில் ஏற்பட்டது. இச்சூறாவளி மிசிசிப்பியின் முழு கரையோரப் பகுதிகளிலும் பலத்த சேதத்தை உண்டு பண்ணியது.

ஆகஸ்ட் 23, 2005 இல் பஹாமாசில் ஆரம்பமாகிய கட்ரீனா தெற்கு புளோரிடாவைத் தாண்டியபோது இதன் தாக்கம் அதிக மாகத் தெரியவில்லை. ஆனாலும் சில உயிரிழப்புகளும் வெள்ளப் பெருக்கும் ஏற்பட்டன.

பின்னர் அது மெக்சிகோ வளைகுடாவைத் தாண்டியபோது அதன் தாக்கம் மிக அதிகமாக இருந்தது. ஆகஸ்ட் 29 இல் லூசியானாவில் நிலைகொண்டபோது அங்கு நிலச்சரிவுகள் ஏற்பட்டன.

குறைந்தது 1,836 பேர் மொத்தமாக இச்சூறாவளியின் பாதிப்பால் உயிரிழந்தனர். அமெரிக்க வரலாற்றில் 1928 ஆம் ஆண்டில் இடம் பெற்ற சூறாவளிக்கு அடுத்தபடியாக இதுவே மிகவும் பாதிப்பை ஏற்படுத்திய சூறாவளியாகும். $ 81.2 பில்லியன் கணக்கில் சேதங்கள் மதிப்பீடு செய்யப்பட்டன.

17. இனிகி சூறாவளி

இனிகி சூறாவளி (Hurricane Iniki; ஹவாய் மொழியில் பொருள்: வலுவான, குத்திக்கிழிக்கும் காற்று) என்பது, பதிவுசெய்யப்பட்ட வரலாற்றில் ஐக்கிய அமெரிக்காவின் ஹவாய் மாநிலத்தைத் தாக்கிய ஆற்றல் மிக்க சூறாவளியாகும். வலுமிக்க 1990 -1995 எல் நீனோவின்போது, செப்டம்பர் 5, 1992 அன்று உருவான இனிகி, அப்பருவத்தைச் சேர்ந்த பதினொரு நடு பசிபிக் வெப்பமண்டலச் சூறாவளிகளில் ஒன்றாகும். செப்டம்பர் 8 அன்று இது வெப்ப மண்டலப் புயல் நிலையை அடைந்து மறுநாள் சூறாவளியாகத் தீவிரமடைந்தது. வடக்கு நோக்கித் திரும்பிய பின், செப்டம்பர் 11 அன்று கவாய் தீவைத் தாக்கியது; அப்போது 145 மைல் வேகத்தில் காற்று வீசியது. மேலும் சாஃபிர்-சிம்ப்சன் சூறாவளி அளவுகோளில் வகை 4 நிலையை அடைந்தது. காட்டில் வீசியெறியப்பட்ட அனிமோமீட்டர் ஒன்று 225 எனக் காட்டியது. 1982 பருவத்தில் இவா சூறாவளிக்குப் பின் ஹவாய் மாநிலத்தைத் தாக்கிய முதல் சூறாவளி இதுவாகும். மேலும் 1959 இல் வந்த டாட் சூறாவளிக்குப் பின்னர் ஏற்பட்ட முதல் பெரிய சூறாவளியாகும். செப்டம்பர் 13 அன்று ஹவாய் மற்றும் அலாஸ்கா இடையே இனிகி மறைந்தது.

இனிகியால் ஆறு உயிரிழப்புகளும் ஏறத்தாழ $ 310 கோடி (1992 நிலவரப்படி) பொருளிழப்பும் ஏற்பட்டன. இதனால் ஹவாய் வரலாற்றில் அதிக இழப்பு ஏற்படுத்திய இயற்கைப் பேரழிவாகவும் அதிக இழப்பு ஏற்படுத்திய இரண்டாவது பசிபிக் சூறாவளியாகவும் விளங்கியது. இதற்கு 18 நாள்கள் முன்புதான் அக்கால கட்டத்தில் ஆகப் பெரிய இழப்பு ஏற்படுத்திய வெப்பமண்டலப் புயலான சூறாவளி ஆண்ட்ரூ, புளோரிடாவைத் தாக்கியிருந்தது.

நடு பசிபிக் சூறாவளி மையம், வெப்பமண்டலச் சூறாவளி எச்சரிக்கைகள் மற்றும் கண்காணிப்புகளை 24 மணி நேரத்திற்கு முன்பே வழங்கத் தவறிவிட்டது. முன்கூட்டியே எச்சரிக்கை இல்லாதபோதிலும், ஆறு இறப்புகள் மட்டுமே நிகழ்ந்தன. கவாயில் ஆகப்பெரிய சேதம் விளைந்தது. அங்கு 1,400-க்கும் மேற்பட்ட வீடு களை அழிந்தன. 5,000க்கும் மேற்பட்டவை கடும் சேதமடைந்தன. புயலின் கண்பகுதிப் பாதையில் நேரடியாக இல்லாவிடினும், ஓஹூ தீவு, காற்று மற்றும் புயல் எழுச்சியால் மிதமான சேதத்தை சந்தித்தது.

கவாய் தீவை இனிகி தாக்குமுன் அமெரிக்கத் திரை இயக்குநர் ஸ்டீவன் ஸ்பில்பேர்க், தன் ஜூராசிக் பார்க் படத்தின் இறுதி நாள் படப்பிடிப்புக்குத் தயாராகிக் கொண்டிருந்தார். இனிகி கவாயைக் கடக்கையில் அவரும் அவரது படக்குழுவினருள் 130 பேரும் ஒரு விடுதியில் பாதுகாப்பாகத் தங்கியிருந்தனர். ஸ்பில்பேர்க்கின் கூற்றுப்படி, ஒவ்வொரு கட்டமைப்பும் உருக்குலைந்திருந்தது; கூரைகளும் சுவர்களும் பிளவுண்டன; கண்ணுக்கெட்டிய வரை தொலைபேசிக் கம்பங்களும், மரங்களும் சாய்ந்திருந்தன. ஒரு வெப்ப மண்டலச் சூறாவளி முதன்மைப் பங்கு வகிக்கும் இப் படத்தின் ஒரு பகுதியாக, கவாயின் கடலோரச் சுவர்கள் இனிகியால் இடிபடும் காட்சிகளை ஸ்பில்பேர்க் உள்ளடக்கினார். விடுதியின் அண்மைச் சாலைகளிலிருந்த சில சிதைவுகளை அகற்ற படக் குழுவினர் உதவினர்.

❖

18. சூறாவளி குஸ்டாவ்

சூறாவளி குஸ்டாவ் (Hurricane Gustav) என்பது *2008* ஆம் ஆண்டுக்கான அத்திலாந்திக் சூறாவளி பருவத்தின் இரண்டாவது பெரும் சூறாவளி ஆகும். இது *2008*, ஆகஸ்ட் *25* காலையில் எயிட்டியின் போர்ட்-ஓ-பிரின்ஸ் நகரில் இருந்து *420* கி.மீ தென் கிழக்கே தோன்றியது. அதே நாள் பிற்பகலில் இது வெப்ப வளையப் புயலாக மாற்றமடைந்து ஆகஸ்ட் *26* அதிகாலையில் சூறாவளியா கியது. அதே நாளில் இது எயிட்டியின் ஜாக்மெல் என்ற இடத்தில் தரை தட்டியது. இது பின்னர் 24 மணி நேரத்தினுள் வெப்பவளையப் புயலில் இருந்து 4ம் கட்டப் புயலாக தீவிரமாகியது.

ஆகஸ்ட் *31* வரையில் மொத்தம் *85* பேர் இதன் தாக்கத்தால் கரிபியனில் கொல்லப்பட்டுள்ளதாக அறிவிக்கப்பட்டுள்ளது. தற்போது இது *3* ஆம் கட்டப் புயலாக தேசிய புயல் மையம் அறிவித்துள்ளது. இது லூசியானாவின் கரையைத் தாக்கும் போது 4 ஆம் கட்டப் புயலாக மாறும் அபாயம் உள்ளது.

2008, ஆகஸ்ட் *30*, இரவு *11:00* மணிக்கு குஸ்டாவ் சூறாவளி கியூபாவின் ஹவானாவில் இருந்து மேற்கே 145 கிமீ (15 கடல் மைல்

23.1°N 83.8°W, தூரத்தில் நிலை கொண்டிருந்தது. இது ஆகஸ்ட் 30ஆம் தேதி சூறாவளி குஸ்டாவ் அமெரிக்காவின் வளைகுடா கரையோரப் பகுதிக்கு அணுகுகிறது என்று தெரிய வந்தது.

இதே நாள் நியூ ஓர்லென்ஸ் நகரின் தலைவர் ரே நேகின் நியூ ஓர்லென்ஸ் மக்களுக்கு கட்டாய வெளியேற்றம் ஒழுங்கை வெளியிட்டுள்ளார். நியூ ஓர்லென்ஸ் நகரிலேயே 2005இல் சூறாவளி கத்ரீனா மோசமான விளைவுகளை தந்தது. லூசியானா ஆளுநர் பாபி ஜிண்டல் அவசர நிலையை அறிவித்துள்ளார்.

ஆகஸ்ட் 31, இரவு 7:00 மணியளவில் மிசிசிப்பி ஆற்றின் வாயிலில் இருந்து 15 கடல் மைல் தூரத்தில் (26.9°வ 87.7°மே, 280 கி.மீ) தென் கிழக்கே நிலைகொண்டுள்ளது. இது நியூ ஓர்லென்சில் இருந்து 415 கி.மீ தூரத்தில் உள்ளது.

செப்டம்பர் 1 ஆம் தேதி லூசியானா மாநிலத்தில் 2 ஆம் கட்ட புயலாக தரை தட்டியது. தற்போது 1 ஆம் கட்டத்துக்கு குறைந்துள்ளது.

ஆனாலும் நியூ ஓர்லென்ஸ், பாடன் ரூஜ் மற்றும் லூசியானாவிலும் மிசிசிப்பியிலும் அலபாமாவிலும் பல்வேறு நகரங்களில் வெள்ளங்களும், டொர்னேடோகளும் ஏற்பட்டன. தெற்கு லூசியானாவில் 700,000 வீடுகளுக்கு மின் சேவை இழந்தது.

செப்டம்பர் 3 மதிப்பீட்டின்படி 120 பேர் குஸ்டாவ் காரணமாக உயிரிழந்தனர். $20 பில்லியன் அளவுக்கு சேதப்படுத்தியது.

❖

19. போபால் விஷவாயு பேரழிவு

போபால் பேரழிவு அல்லது போபால் வாயு சோகம் 2-3 டிசம்பர் 1984 இரவு இந்தியாவின் மத்தியப் பிரதேசத்தில் உள்ள போபாலில் உள்ள யூனியன் கார்பைடு இந்தியா லிமிடெட் (யுசிஐஎல்) பூச்சிக்கொல்லி ஆலையில் ஒரு இரசாயன விபத்து ஆகும். உலகின் மிக மோசமான தொழில்துறை பேரழிவாகக் கருதப் பட்டதில், ஆலையைச் சுற்றியுள்ள சிறிய நகரங்களில் 500,000க்கும் மேற்பட்ட மக்கள் அதிக நச்சு வாயு மீதைல் ஐசோசயனேட் (MIC)க்கு ஆளாகியுள்ளனர்.

இறப்பு எண்ணிக்கையில் மதிப்பீடுகள் வேறுபடுகின்றன. உடனடி இறப்புகளின் அதிகாரப்பூர்வ எண்ணிக்கை 2,259 ஆகும். 2008ஆம் ஆண்டில், மத்தியப்பிரதேச அரசு எரிவாயு வெளியீட்டில் உயிரிழந்த 3,787 பேரின் குடும்ப உறுப்பினர்களுக்கும், காயமடைந்த 574,366 பேருக்கும் இழப்பீடு வழங்கியது. 2006 ஆம் ஆண்டில் ஒரு அரசாங்க வாக்குமூலத்தில் கசிவு 558,125 காயங்களை ஏற்படுத்தியது, இதில் 38,478 தற்காலிக பகுதி காயங்கள் மற்றும் தோராயமாக 3,900 கடுமையான மற்றும் நிரந்தரமாக முடக்கப்பட்ட காயங்கள் உட்பட.

இரண்டு வாரங்களுக்குள் 8,000 பேர் இறந்ததாகவும், மேலும் 8,000 அல்லது அதற்கு மேற்பட்டவர்கள் வாயு தொடர்பான நோய்களால் இறந்ததாகவும் மற்றவர்கள் மதிப்பிடுகின்றனர்.

தொழிற்சாலையின் உரிமையாளர், UCIL, அமெரிக்காவின் யூனியன் கார்பைடு கார்ப்பரேஷன் (UCC)க்கு பெரும்பான்மை சொந்த மானது, இந்திய அரசாங்கத்தின் கட்டுப்பாட்டில் உள்ள வங்கிகள் மற்றும் இந்திய பொதுமக்கள் 49.1 சதவீத பங்குகளை வைத் துள்ளனர். 1989 ஆம் ஆண்டில், பேரழிவில் இருந்து வரும் வழக்கைத் தீர்ப்பதற்காக UCC $470 மில்லியன் (2023 இல் $1.01 பில்லியனுக்கு சமம்) செலுத்தியது.

1994 இல், UCC அதன் UCIL பங்குகளை Eveready Industries India Limited (EIIL)க்கு விற்றது, இது McLeod Russel (India) Ltd உடன் இணைந்தது. 1998 ஆம் ஆண்டில் எவரெடி தளத்தை சுத்தம் செய்வதை முடித்தது, அதன் 99 ஆண்டு குத்தகையை நிறுத்தியது மற்றும் தளத்தின் கட்டுப் பாட்டை மத்தியப் பிரதேச மாநில அரசாங்கத்திடம் ஒப்படைத்தது. டவ் கெமிக்கல் நிறுவனம், பேரழிவிற்குப் பதினேழு ஆண்டு களுக்குப் பிறகு, 2001 இல் UCCஐ வாங்கியது.

யு.சி.சி மற்றும் யு.சி.சி.யின் தலைமை நிர்வாக அதிகாரி வாரன் ஆண்டர்சன் ஆகியோருக்கு எதிராக அமெரிக்காவில் தொடுக்கப் பட்ட சிவில் மற்றும் கிரிமினல் வழக்குகள் 1986 மற்றும் 2012க்கு இடையில் பல சந்தர்ப்பங்களில் தள்ளுபடி செய்யப்பட்டு இந்திய நீதிமன்றங்களுக்கு திருப்பி விடப்பட்டன. இந்தியாவின் ஒரு தனி நிறுவனமாக இருப்பது. UCC, UCIL மற்றும் ஆண்டர்சன் சம்பந்தப் பட்ட இந்தியாவின் போபால் மாவட்ட நீதிமன்றத்தில் சிவில் மற்றும் கிரிமினல் வழக்குகள் தாக்கல் செய்யப்பட்டன.

ஜூன் 2010 இல், UCIL முன்னாள் தலைவர் கேஷூப் மஹிந்திரா உட்பட 1984 இல் UCIL ஊழியர்களாக இருந்த ஏழு இந்திய பிரஜைகள் போபாலில் அலட்சியத்தால் மரணத்தை ஏற்படுத்திய தாக குற்றம் சாட்டப்பட்டு இரண்டு ஆண்டுகள் சிறைத்தண்டனை யும், சுமார் $2,000 அபராதமும் விதிக்கப்பட்டனர். ஒவ்வொன்றும், இந்திய சட்டத்தால் அனுமதிக்கப்படும் அதிகபட்ச தண்டனை.

தீர்ப்பு வெளியான சிறிது நேரத்தில் அனைவரும் ஜாமீனில் விடுவிக்கப்பட்டனர். எட்டாவது முன்னாள் ஊழியரும் தண்டிக்கப் பட்டார், ஆனால் தீர்ப்பு வழங்கப்படுவதற்கு முன்பு இறந்தார்.

போபால் நகர மக்கள் தம் நகரத்தில் 27 ஆண்டுகளுக்கு முன் நிகழ்ந்த பேரழிவை 2011, டிசம்பர் 3ஆம் நாள் நினைவு கூர்ந்தார்கள். நச்சுவாயுக் கசிவின் காரணமாக நேரடியாகத் தாக்கப்பட்டு உயிர் இழந்தவர்கள் எண்ணிக்கை 3,787 என்று அதிகாரப்பூர்வமாகக் கணக்கிடப்பட்டுள்ளது. நச்சுவாயுக் கசிவால் பாதிக்கப்பட்டு, வெவ்வேறு நோய்களுக்கு ஆளாகி இறந்தவர்கள் பல்லாயிரக் கணக்கினர் என்று கணிக்கப்பட்டுள்ளது.

2006இல் அரசு வெளியிட்ட தகவல்படி, 5,58,125 பேர் நச்சுவாயுக் கசிவினால் பாதிக்கப்பட்டனர். அவர்களுள் 3,900 பேர் மிகக் கடுமையான பாதிப்புக்கு உள்ளாயினர்.

நச்சுவாயுக் கசிவின் காரணமாகச் சிறுநீரகம் பாதிக்கப்பட்டு, மாற்றுச் சிறுநீரகம் பெற ஏற்பாடு செய்வோருக்கு உதவித் தொகை யாக ரூபாய் இரண்டு இலட்சம் கொடுக்கப்படும் என்று உள்நாட்டு அமைச்சர் ப. சிதம்பரம் அறிவித்திருந்தார். அதை நம்பி மாற்றுச் சிறுநீரகம் பெற ஏற்பாடு செய்தவர்களுக்கு இன்னும் அந்த உதவி கிடைக்கவில்லை. மத்தியப் பிரதேச மாநில அரசு கணிப்புப்படி, 9 ஆயிரத்துக்கு மேற்பட்ட மக்கள் நச்சுவாயுவால் பாதிக்கப்பட்டு, புற்று நோய்க்கும், சிறுநீரக முழுச்செயலிழப்புக்கும் ஆளாகி, இழப்பீடு கோரி மனு கொடுத்துள்ளனர். அந்த மனுக்கள் எல்லாம் நேர்மையான கோரிக்கைகளே. அப்படியிருக்க, 2000 புற்றுநோய் மனுக்கள், 1000 சிறுநீரக முழுச்செயலிழப்பு மனுக்கள் ஆகிய வற்றுக்கு மட்டுமே நிதி ஒதுக்கப்பட்டதாக அமைச்சர்கள் கூறி யுள்ளனர்.

யூனியன் கார்பைடு நிறுவனமும் அதை வாங்கிய டோ கெமிக்கல்ஸ் என்னும் நிறுவனமும் நச்சுவாயுக் கசிவால் பாதிக்கப்பட்ட மக்களுக்கு பொருத்தமான இழப்பீடு கொடுக்க மறுத்து வருகின்றன. முதலில் நீதிமன்றம் விதித்த 750 கோடி ரூபாய்க்கு மேல் இழப்பீடு கொடுக்க முடியாது என்பது அவர்கள் நிலைப்பாடு. அதற்கு எதிராக

7,700 கோடி ரூபாய் இழப்பீடு கொடுக்க வேண்டும் என்று இந்திய அரசு தரப்பில் வாதாடப்படுகிறது. 1989இல் நீதிமன்றத்தால் விதிக்கப்பட்ட இழப்பீட்டுத் தொகை 3,000 சாவுகள், 20,000 பேர் கடினமாகப் பாதிக்கப்பட்டவர்கள், 50,000 பேர் குறைந்த அளவு பாதிக்கப்பட்டவர்கள் என்று இடப்பட்ட கணக்கின் அடிப்படையில் வழங்கப்பட்டது. ஆனால், தற்போதைய கணக்குப்படி, நச்சு வாயுக் கசிவால் உயிரிழந்தோர் எண்ணிக்கை 5,295. கடுமையாகப் பாதிக்கப்பட்டோர் 35,000 பேர். குறைந்த அளவு பாதிக்கப் பட்டோர் 5.27 இலட்சம் பேர்.

எனவே, இழப்பீட்டுத் தொகையாக 7,700 கோடி ரூபாய் கொடுக்க வேண்டும் என்று இந்திய அரசு கோருகிறது. இந்த உதவி என்று கிடைக்குமோ என்று காத்திருக்கின்றனர் போபால் மக்கள்.

2012ஆம் ஆண்டு மே மாதத்தில் இந்திய உச்ச நீதிமன்றம் மத்தியப் பிரதேச அரசுக்கு மூன்று மாத கெடு கொடுத்து, போப்பால் நகரில் நச்சு வாயுக் கசிவினால் பாதிக்கப்பட்டு சுத்த குடிநீர் கிடைக்காமல் தவிக்கின்ற 18 குடியேற்றப் பகுதிகளுக்கு சுத்த நீர் குழாய் இணைப்புகள் வழங்கும்படி உத்தரவிட்டது. போபால் பேரழிவு நடந்து 30 ஆண்டுகளாக மாசடைந்த நீரையே குடிக்கும் கட்டாயத் துக்கு மக்கள் தள்ளப்பட்டுள்ளார்கள்.

போபால் யூனியன் கார்பைடு ஆலையில் நச்சு வாயு வெளிப் பட்டதால் ஏற்பட்ட பேரழிவு நிகழ்வதற்கு முன்னரே நிலத்தடி நீர் மாசடையத் தொடங்கிவிட்டிருந்தது. ஆலையிலிருந்து வழக்கமாக வெளியான கழிவுநீரில் நச்சுக் கலந்த வேதிப்பொருள்கள் அடங்கி யிருந்ததால் அந்த இடர்ப்பாடு ஏற்பட்டிருந்தது.

2005ஆம் ஆண்டு உச்சநீதிமன்றம் போபால் பேரழிவால் பாதிக்கப் பட்ட மக்களின் வீடுகளுக்குத் தூய குடிநீர் வழங்க மாநில அரசும் நகர ஆட்சியாளரும் ஏற்பாடு செய்ய உத்தரவிட்டிருந்தது. ஆனால் அந்த உத்தரவு செயல்படுத்தப்படாமலே கிடப்பில் போடப் பட்டது. மக்களுக்கு வழங்கப்படுகின்ற குடிநீர் இன்றுகூட மஞ்சள் நிறம் கொண்டு, வழக்கமான குடிநீரின் சுவை இன்றி சப்பென்று உள்ளது. இதனால் மக்களின் நலம் பெருமளவு பாதிப்புக்கு உள்ளாகின்றது.

யூனியன் கார்பைடிடம் இருந்து தொழிலகத்தை வாங்கிய டோ கெமிக்கல்ஸ் நிறுவனம் நச்சுவாயுக் கசிவால் பாதிக்கப்பட்ட மக்களுக்கு இழப்பீடு கொடுக்க தனக்குப் பொறுப்பில்லை என்று கூறி வருகிறது.

இந்நிலையில், பாதிக்கப்பட்ட மக்களுக்கு அடிப்படைத் தேவை யான தூய நீரும், நச்சு கலவாத சூழலும் கிடைக்குமாறு அரசு நடவடிக்கை எடுக்க வேண்டும் என்று உச்ச நீதிமன்றம் ஆணை பிறப்பித்தது. அந்த ஆணை செயலாக்கம் பெறுகிறதா என்று கண்காணித்து 2012 ஆகஸ்டு 13ஆம் நாள் அறிக்கை வழங்குமாறு பணித்து ஒரு குழுவையும் நீதிமன்றம் அமைத்தது.

போபால் பேரழிவால் எழுந்த நச்சுக் கழிவுப் பொருள்கள் மூடப்பட்ட யூனியன் கார்பைடு தளத்தில் இன்றளவும் குவிந்து கிடக் கின்றன. அவற்றின் அளவு 350 டன் என்று கணிக்கப்பட்டுள்ளது. இக்கழிவுப் பொருள்களை இந்தியாவிலேயே புதைக்காமல், ஜெர்மனியின் ஹாம்பர்க் நகருக்குக் கொண்டு செல்ல ஒரு ஜெர்மனிய நிறுவனம் முன்வந்த போதிலும் நடவடிக்கை எடுக்கப்படவில்லை.

இந்த விபத்து நடந்து ஏறக்குறைய மூன்று பத்தாண்டுகளுக்குப் பின் ஜூலை 3, 2012 இல் இந்திய நடுவண் அமைச்சரவை, அங்கு தேங்கிக் கிடக்கும் 350 டன்கள் நச்சுக் கழிவுப் பொருளைப் பாதுகாப்பாக, வான் வழியாக ஜெர்மனிய நிறுவனத்தின் மூலம் அகற்றுவதற்கும் அதற்கான செலவு 25 கோடி ரூபாய்க்கும் ஒப்புதல் அளித்தது. இது ஓராண்டு காலத்துக்குள் செயல்படுத்தப்பட வேண்டும் என்றும் முடிவானது. ஆகஸ்டு 9, 2012 அன்று, இக்கழிவுகளை 6 மாதங் களுக்குள் அகற்றுவதற்கு உடனடி நடவடிக்கை எடுக்கப்பட வேண்டுமென நடுவண் அரசுக்கும் மத்தியப் பிரதேச மாநில அரசுக்கும் உச்சநீதி மன்றம் உத்தரவு பிறப்பித்தது. செப்டம்பர் 17, 2012 இல் அந்த ஜெர்மனிய நிறுவனம் இக்கழிவுகளை அகற்ற மறுத்து விட்டது.

இந்தியாவிலிருந்து நச்சுத்தன்மை கொண்ட கழிவுகளை ஜெர்மனிக்குக் கொண்டு சென்று புதைத்தால் ஜெர்மனிய மக்கள்

அதனால் பாதிக்கப்படுவார்கள் என்றும், அவர்களது உடல்நலம் கருதி நச்சுப் பொருள்களைக் கொண்டு செல்லக் கூடாது என்றும் ஜெர்மனிய பத்திரிகைகள் பரப்புரை செய்தன.

இந்தியாவுக்குள்ளும் போபால் கழிவுகளைத் தம் பகுதியில் புதைக்கக் கூடாது என்று மாநில அரசுகள் கூறி வருகின்றன.

●

போபால் பேரழிவு அல்லது போபால் துன்பம் டிசம்பர் 3, 1984ல் இந்தியாவில் உள்ள போபாலில் உள்ள தொழிற்சாலையில் ஏற்பட்ட நச்சு வளிமக் கசிவினால் (வாயுக் கசிவினால்) ஏற்பட்ட பல்லாயிரக் கணக்கான உயிரிழப்புகளை நினைவுகூறும் ஒரு துன்ப நிகழ்வாகும்.

யூனியன் கார்பைடு எனும் பூச்சிகொல்லி மருந்து தயாரிக்கும் தொழிற்சாலையில் மீத்தைல் ஐசோ சயனேட் எனும் நச்சு வளிமம் கசிந்ததினால் ஐந்து இலட்சத்திற்கும் மேற்பட்ட மக்கள் பாதிக்கப் பட்டனர். உடனடி உயிரிழப்பாக ஏறத்தாழ 2,259 பேர் நச்சு வளிமம் தாக்கி இறந்தனர். அதற்கடுத்த இரண்டு வாரங்களில் மேலும் 8,000 பேர் இறந்தனர். இன்னும் 8,000 பேர் வளிமத்தின் தாக்கத்தினால் ஏற்பட்ட நோயால் பாதிக்கப்பட்டு இறந்தனர். போபால் பேரழிவு உலகில் உள்ள தொழிற்சாலைகளால் ஏற்பட்ட பேரழிவுகளில் மிக அதிகப் பாதிப்பை ஏற்படுத்திய பேரழிவாகக் கருதப்படுகிறது. இதனால் அங்குள்ள பாதிப்புகளை ஆராய 1993 ஆம் ஆண்டு அனைத்து நாடு மருத்துவக்குழு ஆணையம் இங்கு ஏற்படுத்தப் பட்டது.

இந்த நிகழ்வுக்குக் காரணமான யூனியன் கார்பைடு இந்தியா லிமிடட் என்ற நிறுவனம் 51% உரிமையுடன் 1969 ல் போபாலில் நிறுவப்பட்டதாகும். இதன் உரிமை யூனியன் கார்பைடு கார்ப்ப ரேசனுக்கு சொந்தமானதாகும். இதன் 49% உரிமை இந்திய நிர்வாகத்திற்குச் சொந்தமானதாகும். இந்நிறுவனத்தின் முக்கிய குற்றவாளியாக சித்தரிக்கப்பட்ட யூனியன் கார்பைடு நிறுவனத்தின் அப்போதைய முதன்மை செயல் அதிகாரி வாரன் அண்டர்சன் இந்த வழக்கில் குற்றவாளியாக அறிவிக்கப்பட்டார். விபத்து நடந்தபின்

இந்தியாவில் வைத்துக் கைது செய்யப்பட்ட வாரன் அண்டர்சன், அப்போதைய அரசியல் தலையீடுகளால் இந்தியாவை விட்டு கௌரவத்தோடு விமானத்தில் ஏற்றி அவரது தாய்நாட்டிற்கு அனுப்பி வைக்கப்பட்டார். பிணையம் பெற்று வெளிவந்த அண்டர்சன் அமெரிக்காவிற்கு திரும்பிய பின் மீண்டும் இந்தியா வர மறுத்தார். அமெரிக்கக் குடிமகனான ஆண்டர்சனை இந்தியாவிடம் ஒப்படைக்க அமெரிக்க அரசு மறுத்து வந்தது. செப்டம்பர் 29, 2014 அன்று அமெரிக்காவில் இவர் இறந்தார்.

இந்நிகழ்வுக்குக் காரணமானவர்களை தண்டிக்கக் கோரியும், போதுமான நட்ட ஈடு வழங்கக் கோரியும் தொடர்ந்து மக்கள் போராட்டங்கள் நடைபெற்று வருகின்றன.

●

போபால் வாயு சோகத்தின் பேய்: உடல்நலப் பிரச்சனைகள் வருங்கால சந்ததியினரை ஏமாற்றும் என்று ஆய்வு கூறுகிறது.

இது நினைத்ததை விட அதிக தாக்கத்தை ஏற்படுத்துகிறது; ஏறக் குறைய 4 தசாப்தங்கள்; சோகத்திற்குப் பிறகு, எதிர்கால சந்ததியினர் குறைபாடுகள் மற்றும் புற்றுநோயால் பாதிக்கப்பட்டுள்ளனர்.

ஒரு புதிய ஆய்வின்படி, 1984 போபால் வாயு சோகத்துடன் தொடர்புடைய பல உடல்நலப் பிரச்சனைகள், நச்சு வாயுவை நேரடியாக வெளிப்படுத்தாத தலைமுறைகளைத் தொடர்ந்து வேட்டையாடுகின்றன.

குறைந்தது 30,000 உயிர்களைப் பலிகொண்ட சோகம் நடந்து கிட்டத்தட்ட நான்கு தசாப்தங்களுக்குப் பிறகு, வருங்கால சந்ததி யினர் குறைபாடுகள் மற்றும் புற்றுநோயால் பாதிக்கப்படுகின்றனர், BMJ One இதழில் வெளியிடப்பட்ட ஆய்வில் கண்டறியப் பட்டுள்ளது.

ஜுன் 13, 2023 அன்று வெளியிடப்பட்ட ஆவணம், சோகத்திற்கு ஒரு வருடத்திற்குப் பிறகு, 1985 ஆம் ஆண்டில் ஆண் பிறப்பு குறை வதையும் குறிப்பிட்டது. போபாலைச் சுற்றியுள்ள 100 கி.மீ சுற்றளவில் பாதிப்புகள் காணப்படுகின்றன, இது முன்னர் அறிவிக்கப் பட்டதை விட பரந்த பகுதியை பாதிக்கிறது.

இந்த முடிவுகள் போபால் வாயு பேரழிவில் இருந்து உருவாகும் சமூக செலவுகளை சுட்டிக்காட்டுகின்றன, இது உடனடி பின்விளைவு களில் ஏற்படும் இறப்பு மற்றும் நோயுற்ற தன்மைக்கு அப்பாற் பட்டது என்று ஆராய்ச்சியாளர்கள் ஒரு அறிக்கையில் தெரிவித்தனர்.

போபால் அருகே உள்ள யூனியன் கார்பைடு பூச்சிக்கொல்லி ஆலையில் இருந்து வெளியேறிய நச்சுத்தன்மை வாய்ந்த மெத்தில் ஐசோசயனேட் வாயு ஆலையைச் சுற்றி 7 கி.மீ சுற்றளவுக்கு பரவியது. இது அரை மில்லியனுக்கும் அதிகமான மக்களை அம்பலப் படுத்தியது மற்றும் பிராந்தியத்தில் 30,000 பேர் வரை இறந்தது.

உயிர் பிழைத்தவர்கள் சுவாசம், நரம்பியல், தசைக்கூட்டு, கண் மற்றும் நாளமில்லா பிரச்சனைகளால் பாதிக்கப்பட்டனர். கருச் சிதைவுகளில் நான்கு மடங்கு அதிகரிப்பு மற்றும் சோகத்தைத் தொடர்ந்து இறந்த பிறப்பு மற்றும் பிறந்த குழந்தை இறப்பு (வாழ்க்கையின் முதல் 28 நாட்களுக்குள் இறப்பு) அதிக ஆபத்து உள்ளது. பல தசாப்தங்களுக்குப் பிறகும், வெளிப்படும் பெண்கள் மற்றும் அவர்களின் சந்ததியினர் மத்தியில் மாதவிடாய் அசாதார ணங்கள் மற்றும் முன்கூட்டிய மாதவிடாய் பொதுவாகி விட்டது.

நச்சு வாயு நிலத்தடி நீர் மற்றும் நச்சு வாயு வெளிப்படும் பெண்களின் இனப்பெருக்க ஆரோக்கியத்தை பாதித்ததால், கலிபோர்னியா பல்கலைக்கழகத்தின் (யுசி) சான் டியாகோ ஆராய்ச்சியாளர்கள் எதிர்கால சந்ததியினருக்கு உடல்நல பாதிப்புகள் குறையக்கூடும் என்று சந்தேகிக்கின்றனர்.

2015 மற்றும் 2016 க்கு இடையில் நடத்தப்பட்ட தேசிய குடும்ப சுகாதார கணக்கெடுப்பு (NFHS-4) மற்றும் 1999ஆம் ஆண்டுக்கான இந்தியாவில் இருந்து ஒருங்கிணைந்த பொது பயன்பாட்டு மைக்ரோடேட்டா தொடர் ஆகியவற்றின் தரவுகளை சேகரிப்பதன் மூலம் நீண்ட கால உடல்நலம் தொடர்பான சேதங்களை குழு மதிப்பீடு செய்தது.

பிந்தையது, 1999ஆம் ஆண்டு தேசிய புள்ளியியல் அலுவலகத்தால் நடத்தப்பட்ட சமூக-பொருளாதாரக் கணக்கெடுப்பில் இருந்து ஒத்திசைந்த தரவை முன்வைக்கிறது, இதில் ஆறு வயது முதல் 64 வயது வரை உள்ளவர்கள் மற்றும் போபால் வாயு சோகத்தின் போது கருப்பையில் (கருப்பை அல்லது கருப்பையில்) இருந்தவர்கள் அடங்குவர்.

ஆண் கருவில் கருவுற்று 100 கி.மீட்டருக்குள் வாழும் பெண்களுக்கு ஒரு சதவிகிதம் அதிக இயலாமை இருந்தது, அது 15 ஆண்டுகளுக்குப் பிறகு அவர்களது வேலைவாய்ப்பைப் பாதித்தது என்று அவர்களின் பகுப்பாய்வு காட்டுகிறது.

மேலும், 1981-1984 இல் பிறந்த ஆண்களின் விகிதம் 64 சதவீதத்தில் இருந்து 1985இல் 60 சதவீதமாகக் குறைந்தது, அவர்களின் தாய்மார்கள் போபாலில் இருந்து 100 கி.மீ. 100 கிமீக்கு மேல் பாலின விகிதத்தில் எந்த மாற்றமும் இல்லை. ஆண் பாலின விகிதத்தில் ஏற்படும் குறைவை ஆண் கருக்கள் வெளிப்புற அழுத்தத்தால் அதிகம் பாதிக்கப்படுவதால் விளக்கப்படலாம்.

ஆண் கருக்கள் புகைமூட்டம், நோய், இயற்கை பேரழிவுகள் மற்றும் கர்ப்ப காலத்தில் ஏற்படும் மன அழுத்த நிகழ்வுகள் உள்ளிட்ட பாதகமான அதிர்ச்சிகளுக்கு மிகவும் எளிதில் பாதிக்கப்படுகின்றன'

என்று UC சான் டியாகோவில் உள்ள குளோபல் பாலிசி மற்றும் ஸ்ட்ராடஜி பள்ளியைச் சேர்ந்த கோர்டன் மெக்கார்ட் மற்றும் ஆய்வின் ஆசிரியரான டவுன் டு எர்த் கூறினார்.

இது, ஆண் மற்றும் பெண் கருவில் உள்ள வளர்ச்சி வேறுபாடுகள் காரணமாகும் என்றும் அவர் கூறினார். புதிதாகப் பிறந்த பெண் குழந்தைகளை விட உடலியல் ரீதியாக மிகவும் வளர்ந்தவர்கள்.

1976-1984 மற்றும் 1986-1990 இல் பிறந்தவர்களை விட 1985 இல் போபாலில் இருந்து 100 கிமீ தொலைவில் பிறந்த ஆண்களுக்கு புற்றுநோய் ஆபத்து எட்டு மடங்கு அதிகம்.

1976-1984 மற்றும் 1986-1990 இல் பிறந்தவர்கள் மற்றும் போபாலில் இருந்து 100 கி.மீ தொலைவில் வசிப்பவர்களுடன் ஒப்பிடுகையில், 1985 இல் பிறந்தவர்கள் மற்றும் போபாலில் இருந்து 100 கிமீ தொலைவில் தொடர்ந்து வசிக்கும் ஆண்கள் 2015 இல் 27 மடங்கு அதிக புற்றுநோயால் பாதிக்கப்பட்டுள்ளனர்.

ஊனங்கள் மக்களின் வாழ்வாதாரத்தை பறித்துவிட்டன. சோகத்தின் போது கருப்பையில் இருந்த ஆண்கள் மற்றும் போபாலில் இருந்து 100 கி.மீ தொலைவில் உள்ள மாவட்டங்களில் வசிப்பவர்கள்,

தங்கள் பழைய சகாக்கள் மற்றும் போபாலில் இருந்து மேலும் வசிப்பவர்களுடன் ஒப்பிடும்போது வேலையில் குறைபாடுகள் இருப்பதாகப் புகாரளிப்பதற்கான வாய்ப்பு ஒரு சதவீதம் அதிகம். இது நகரத்திலிருந்து 50 கி.மீ தொலைவில் வசிப்பவர்களிடையே இரண்டு சதவீத புள்ளிகளாக அதிகரிக்கிறது.

ஆய்வில் மதிப்பிடப்பட்ட நீண்ட கால விளைவுகள் இரண்டு விளைவுகள் காரணமாக இருக்கலாம் என்று ஆராய்ச்சியாளர்கள் மேலும் விளக்கினர். முதலாவதாக நேரடி வெளிப்பாடு மற்றும் இரண்டாவது உடல்நலம், இயலாமை மற்றும் கல்விச் சேவைகள் மூலம் ஏற்படும் விளைவுகளைத் தணிக்காதது.

தொழில்துறை பேரழிவுகளால் ஏற்படும் குறுகிய கால மற்றும் நீண்ட கால சேதங்களைப் புரிந்துகொள்வது, ஒழுங்குமுறை முடிவுகளை எடுப்பதில் ஈடுபட்டுள்ள வர்த்தக பரிமாற்றங்களைப் பற்றிய நுண்ணறிவைப் பெறுவதற்கு முக்கியமானது என்று ஆராய்ச்சியாளர்கள் தங்கள் ஆய்வறிக்கையில் எழுதினர்.

ஒருபுறம் தொழில்துறை வளர்ச்சி வேலைகள் மற்றும் பொருளாதார வளர்ச்சியை உருவாக்குகிறது, மறுபுறம், அவை தொழில்துறை மற்றும் அரசாங்கம் ஒழுங்குமுறை மூலம் நிர்வகிக்க வேண்டிய அபாயங்களை அறிமுகப்படுத்துகின்றன என்று மெக்கார்ட் விளக்கினார்.

நிகழ்வுகளால் ஏற்படும் தீங்கைத் தணிக்க அல்லது சட்டரீதியான சேதங்களைக் கணக்கிடுவதற்கு கொள்கை வகுப்பாளர்களுக்கு ஆதாரங்களை அர்ப்பணிக்கவும் இது உதவும்.

தற்போதைய உயிர் பிழைத்தவர்களின் ஆதரவு மற்றும் வலுவான ஒழுங்குமுறை பாதுகாப்பின் அவசியத்தை முடிவுகள் அடிக் கோடிட்டுக் காட்டுகின்றன.

❖

20. காற்று மாசுபாடுக்கு எதிரான புகார்

காற்று மாசுபாடு என்பது வளிமண்டலத்தில் உள்ள தூசி, புகை, வாயு, மூடுபனி, வாசனை, புகை அல்லது நீராவி, மனிதர்கள், தாவரங்கள் அல்லது விலங்குகளின் உயிர்களுக்கு தீங்கு விளைவிக்கும் அல்லது சுற்றுச்சூழலுக்கு தீங்கு விளைவிக்கும் அளவுகளில் உள்ளது.

காற்றின் தரக் குறியீடு (AQI) ஒரு பகுதியில் வளி மண்டலத்தில் உள்ள இந்த மாசுகளின் அளவை அளவிடுகிறது. காற்று மாசுபாட்டிற்கான காரணங்கள் பின்வருமாறு :

1. திடக்காற்று மாசுபடுத்தி, உதாரணமாக விறகு, பயிர் எச்சங்கள், மாட்டு சாணம் கேக்குகள், நிலக்கரி, லிக்னைட் மற்றும் கரி போன்ற திட எரிபொருட்களை எரித்தல்.
2. திரவ காற்று மாசுபடுத்தி உதாரணமாக வீடுகளில் பெட்ரோல், மண்ணெண்ணெய் மற்றும் டீசல் பயன்பாடு.
3. வாயு காற்று மாசுபடுத்தி உதாரணமாக சல்பர் டை ஆக்சைடு, கார்பன் மோனாக்சைடு மற்றும் நைட்ரஜன்.

4. ஒலி மாசுபடுத்தும்; எடுத்துக்காட்டாக, போக்குவரத்து, இயந்திரங்கள், ஜெனரேட்டர்கள் மற்றும் பட்டாசுகள் ஆகிய வற்றிலிருந்து கடுமையான ஒலிகள்.

மத்திய மாசுக்கட்டுப்பாட்டு வாரியத்தால் அமைக்கப்பட்ட தேசிய சுற்றுப்புற காற்று தர நிலைகள், சல்பர் டை ஆக்ஸைடு, நைட்ரஜன் டை ஆக்ஸைடு, ட்ரை ஆக்சிஜன் ஈயம், கார்பன் மோனாக்ஸைடு, அம்மோனியா, பென்சீன், ஆர்சனிக், நிக்கல் மற்றும் துகள்கள் போன்ற தொழில்துறை, குடியிருப்பு, கிராமப்புறம், சுற்றுச்சூழல் உணர்திறன் பகுதிகள் மற்றும் மத்திய அரசால் உருவாக்கப்பட்ட பிற பகுதிகளுக்கு வேறுபடுகின்றன.

தூய்மையான சூழலுக்கான உரிமை :

சுத்தமான சுற்றுச்சூழலுக்கான உரிமை என்பது இந்தியாவில் உள்ள அனைத்து குடிமக்களுக்கும் கிடைக்கும் உரிமையாகும்.

சுத்தமான காற்றுச்சூழலுக்கான உரிமையை உள்ளடக்கிய வாழ்க்கை மற்றும் தனிப்பட்ட சுதந்திரத்திற்கான உரிமையை வழங்குகிறது. கலை, அரசியலமைப்பின் 51A(g) சுற்றுச்சூழலைப் பாதுகாக்கவும் ஒவ்வொரு குடிமகனுக்கும் கடமையை உருவாக்குகிறது.

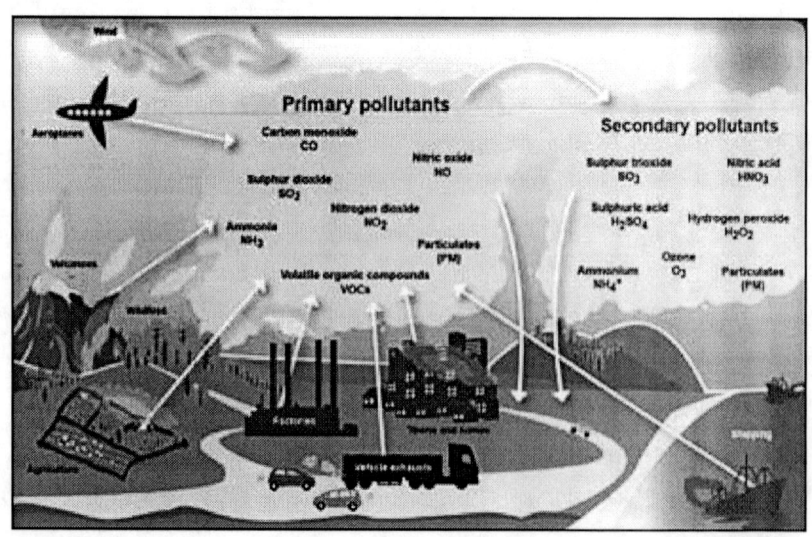

காற்று மாசுபாடு காரணமாக ஒருவர் உடல்நலப் பிரச்சனைகளால் பாதிக்கப்பட்டால், சட்டத்தின் கீழ் புகார் செய்ய அவர்களுக்கு உரிமை உண்டு. சட்டத்தின் கீழ் ஒரு புகார் தொடர்பாக நீங்கள் யாரிடம் புகார் செய்யலாம்?

1. மத்திய மாசுக் கட்டுப்பாட்டு வாரியத்தின் ('CPUB') நிபுணர் குழு: உபாத்யாய் எஸ்

2. பிரிவு 2 (a), காற்று (மாசு தடுப்பு மற்றும் கட்டுப்பாடு) சட்டம், 1981.

3. சமூக நுகர்வு குறிகாட்டிகள், புள்ளியியல் மற்றும் திட்ட அமலாக்க அமைச்சகம்.

4. தேசிய சுற்றுப்புற காற்று தர நிலைகள் மற்றும் போக்குகள் 2019, cpcb.nic.in அணுகப்பட்டது.

5. திரு.சச்சினாந்த பாண்டே எதிராக மேற்கு வங்க மாநிலம், ஏஐஆர் 1987 எஸ்சி 1109.

6. சுபாஷ் குமார் எதிராக பீகார் மாநிலம், AIR (1991) 1 SCC 598; MC மேத்தா எதிராக யூனியன் ஆஃப் இந்தியா (ஆரவல்லி சுரங்க வழக்கு) (2004) 12 SCC 118.

7. பிரிவு 51 A(g). இந்திய அரசியலமைப்பு, 1950.

❖

21. காற்று மாசுபாடு குற்றங்களும், தண்டனைகளும்

1. குற்றம் : காற்றின் தர வரம்புகளுக்கு அப்பால் காற்று மாசுவை ஏற்படுத்துகிறது.

சட்டம் : மாநில மாசுக்கட்டுப்பாட்டு வாரியம் வகுத்துள்ள வரம்புகளை விட, தொழிற்சாலைகள் காற்று மாசுபடுத்தும் பொருட்களை வெளியிடுவதை சட்டம் தடை செய்கிறது. அவர்கள் அவ்வாறு செய்தால், ஸ்தாபனத்தின் பொறுப்பாளர் உடனடியாக மாநில மாசுக்கட்டுப்பாடு வாரியத்திற்குத் தெரிவிக்க வேண்டும் மற்றும் மாசுபடுத்துபவர் செலுத்தும்படி, அத்தகைய தீங்கு விளைவிக்கும் உமிழ்வுகளின் தாக்கத்தைக் குறைக்க ஏஜென்சிகள் மேற்கொள்ளும் ஏதேனும் திருத்த நடவடிக்கைகளுக்கு அவர்கள் பணம் செலுத்த வேண்டும்.

தண்டனை : சம்பந்தப்பட்ட மாநில மாசுக்கட்டுபாட்டு வாரியம், குற்றவாளியை காற்று மாசுபடுத்துவதைத் தடுப்பதற்காக நீதி மன்றத்தில் (மெட்ரோபாலிட்டன் மாஜிஸ்திரேட் அல்லது முதல் வகுப்பு ஜுடிசியல் மாஜிஸ்திரேட்டுக்குக் கீழே இல்லை) விண்ணப்பம் செய்யலாம்.

மாசுபடுத்துபவர் செலவுகளை திருப்பிச் செலுத்த வேண்டும் (மாசு பாட்டைக் கட்டுப்படுத்த மாநிலத் துறைகள் செலுத்த வேண்டிய வட்டியுடன்.)

2. குற்றம் : முறையான அனுமதியின்றி ஒரு தொழில் ஆலை அமைக்கப்படுகிறது அல்லது இயக்கப்படுகிறது.

சட்டம் : மாநில மாசுக்கட்டுப்பாட்டு வாரியம் முறையான அனுமதி யின்றி அல்லது அனுமதிக்கப்பட்ட உமிழ்வு வரம்புகள் அல்லது முறையான மாசுக்கட்டுப்பாட்டு உபகரணங்களை மீறுவது அல்லது தொழில்துறை ஆலையை அமைப்பது அல்லது செயல்படுத்துவது குற்றமாகும்.

தண்டனை : அபராதத்துடன் ஒன்றரை ஆண்டுகள் முதல் ஆறு ஆண்டுகள் வரை சிறை தண்டனை விதிக்கப்படும். விதிமீறல் தொடர்ந்தால், கூடுதலாக, அது தொடரும் ஒவ்வொரு நாளுக்கும் ரூ.5,000 (அதிகபட்சம்) விதிக்கப்படலாம்.

ஒரு வருடத்திற்கு மேல் இது போன்ற தோல்வி தொடர்ந்தால், குற்றவாளிக்கு இரண்டு முதல் ஏழு ஆண்டுகள் வரை சிறை தண்டனை மற்றும் அபராதம் விதிக்கப்படலாம்.

3. குற்றம் : பாதுகாப்பற்ற நிலையில் வாகனத்தைப் பயன்படுத்துதல்.

சட்டம் : ஒலி மற்றும் காற்று மாசுபாடு தொடர்பாக வகுக்கப்பட்ட தரங்களை மீறும் வகையில், பொது இடத்தில் வாகனம் ஓட்டினால், அது தண்டனைக்குரிய குற்றமாகும்.

தண்டனை : முதல் குற்றத்திற்கு ரூ.1,000 மற்றும் இரண்டாவது குற்றத்திற்கு ரூ.2,000.

4. குற்றம் : PUC (மாசு கட்டுப்பாட்டில் உள்ளது) சான்றிதழின் மீறல்

சட்டம் : சாலை, போக்குவரத்து மற்றும் நெடுஞ்சாலைகள் அமைச் சகத்தால் வழங்கப்பட்ட செல்லுபடியாகும் PUC (கட்டுப்பாட்டு மாசு) சான்றிதழை எடுத்துச் செல்லவில்லை என்றால், மோட்டார் வாகனத்தைப் பயன்படுத்தும் நபர் அபராதம் விதிக்கப்படும்.

தண்டனை : ரூ.10,000.

5. குற்றம் : சுற்றுச்சூழல் மாசுபாடு: காற்று, நீர் அல்லது நிலத்தின் மாசுபாடு

சட்டம் : சுற்றுச்சூழல் பாதுகாப்புச் சட்டம், 1986 இன் எந்தவொரு விதியையும் மீறுவது, அதாவது காற்று, நீர் அல்லது நிலத்தை மாசு படுத்துவது அல்லது சுற்றுச்சூழலுக்கு ஏதேனும் தீங்கு விளைவிப்பது குற்றமாகும்.

தண்டனை : 5 ஆண்டுகள் வரை சிறைத்தண்டனை மற்றும் அபராதம் ரூ. 1,00,000. சட்டத்தை தொடர்ந்து கடைப்பிடிக்கத் தவறினால் கூடுதலாக இணங்காத ஒவ்வொரு நாளுக்கும் ரூ.5,000.

6. குற்றம் : சுற்றுச்சூழலில் தீங்கு விளைவிக்கும் மாசுபாடுகளை வெளியிடுதல்

சட்டம் : சுற்றுச்சூழலில் தீங்கு விளைவிக்கும் மாசுக்களை வெளி யிடுவது பொது தொல்லையின் குற்றத்தின் ஒரு பகுதியாகும். பொது இடங்களில் புகைபிடிப்பது கூட பொது மக்களுக்கு இடையூறு விளைவிக்கும் குற்றமாக கருதப்படுகிறது.

தண்டனை : ரூ.500.

7. குற்றம் : சமூகத்தின் ஆரோக்கியத்திற்கும், உடல் சுகத்திற்கும் தீங்கு விளைவிக்கும் செயல்களில் ஈடுபடுதல்.

சட்டம் : தீங்கு விளைவிக்கும் உடல்நிலப் பிரச்சனைகள் மற்றும் மக்களுக்கு அசௌகரியத்தை ஏற்படுத்தும் காற்று மாசுபடுத்திகளை வெளியிடும் தொழிற்சாலைகள் மற்றும் பிற செயல்முறைகள் குற்ற மாகும். தீங்கு விளைவிக்கும் மற்றும் மக்களின் ஆரோக்கியத்திற்கு உடனடி ஆபத்தை ஏற்படுத்தும் மற்றும் அவர்களின் உடல் அசௌகரியத்தை அச்சுறுத்தும் எந்தவொரு வியாபாரம் அல்லது வணிகத்தின் எந்தவொரு நடத்தையும் இதில் அடங்கும்.

தண்டனை : ஒரு மாஜிஸ்திரேட் அத்தகைய நடவடிக்கைகளை நிறுத்த இடையூறுகளை அகற்றுவதற்கான உத்தரவு அனுப்பலாம்.

1. பிரிவு 22, காற்று (மாசு தடுப்பு மற்றும் கட்டுப்பாடு) சட்டம், 1981.

2. பிரிவு 23, காற்று (மாசு தடுப்பு மற்றும் கட்டுப்பாடு) சட்டம், 1981.

3. பிரிவு 23(3) காற்று (மாசு தடுப்பு மற்றும் கட்டுப்பாடு) சட்டம், 1981.

4. பிரிவு 22எ காற்று (மாசு தடுப்பு மற்றும் கட்டுப்பாடு) சட்டம், 1981.

5. பிரிவு 21 காற்று (மாசு தடுப்பு மற்றும் கட்டுப்பாடு) சட்டம், 1981.

6. பிரிவு 31எ காற்று (மாசு தடுப்பு மற்றும் கட்டுப்பாடு) சட்டம், 1981.

7. பிரிவு 37 காற்று (மாசு தடுப்பு மற்றும் கட்டுப்பாடு) சட்டம், 1981.

8. பிரிவு 37(2) காற்று (மாசு தடுப்பு மற்றும் கட்டுப்பாடு) சட்டம், 1981.

9. பிரிவு 190(2) மோட்டார் வாகனச் சட்டம் 1988.

10. மோட்டார் வாகனங்கள் (திருத்தம்) சட்டம், 2019.

11. பிரிவு 15, சுற்றுச்சூழல் பாதுகாப்புச் சட்டம், 1986.

12. ரத்லம் முனிசிபாலிட்டி வி.வர்தி சந்திரா, 1980 ஏஐஆர் 1622.

13. கே. ராம்கிருஷ்ணன் எதிராக கேரள மாநிலம், ஏஐஆர் 1999 கேர்.

14. பிரிவு 290. இந்திய தண்டனைச் சட்டம். 1860

15. பிரிவு 133, குற்றவியல் நடைமுறைச் சட்டம். 1973.

❖

22. மத்திய மாசுக்கட்டுப்பாட்டு வாரியம்

மத்திய மாசுக் கட்டுப்பாட்டு வாரியம் 29 மாநிலங்கள் மற்றும் 6 யூனியன் பிரதேசங்களில் காற்றின் தரத்தை கண்காணிக்க தேசிய காற்று தர கண்காணிப்பு திட்டத்தை (NAMP) நிறுவியது. NAMPஇன் நோக்கம்.

1. சுற்றுப்புற காற்றின் தரத்தின் நிலை மற்றும் போக்குகளைத் தீர்மானிக்கவும்.

2. பரிந்துரைக்கப்பட்ட சுற்றுப்புற காற்றின் தரநிலைகள் மீறப்படு கிறதா என்பதைத் தீர்மானிக்கவும்

3. தேசிய சுற்றுப்புற காற்று தரநிலைகளை (NAAQS) பூர்த்தி செய்யாத நகரங்களை 5 வருட காலத்திற்கு தொடர்ந்து கண்டறிந்து அவற்றை அடையாத நகரங்களாக குறிப்பிடவும்.

4. தடுப்பு மற்றும் திருத்த நடவடிக்கைகளை வளர்ப்பதற்கான அறிவையும் சரியான புரிதலையும் சேகரிக்கவும்.

5. மாசுபாடு நீர்த்தல், சிதறல், காற்றின் அடிப்படையிலான இயக்கம், உலர் படிவு, மழைப்பொழிவு மற்றும் மாசுபடுத்தி

களின் இரசாயன மாற்றம் ஆகியவற்றின் மூலம் சுற்றுச்சூழல் இயற்கையான துப்புரவு செயல்முறையை புரிந்து கொள்ளுங்கள்.

NAMP ஆனது AQI இன் ஒரு பகுதியாக நான்கு முக்கிய மாசு படுத்திகளை கண்காணிக்கிறது. சல்பர்டை ஆக்சைடு, நைட்ரஜனின் ஆக்சைடுகள், சுவாசிக்கக்கூடிய துகள்கள் மற்றும் நுண்ணிய துகள்கள். இது ஈரப்பதம் மற்றும் வெப்பநிலையுடன் காற்றின் வேகத்தையும், திசையையும் சரிபார்க்கிறது.

மத்திய மாசுக் கட்டுப்பாட்டு வாரியம், மாநில மாசுக்கட்டுப்பாட்டு வாரியங்கள், மாசுக் கட்டுப்பாட்டுக் குழுக்கள் மற்றும் நாக்பூரில் உள்ள தேசிய சுற்றுச்சூழல் பொறியியல் ஆராய்ச்சி நிறுவனம் (NEERI) ஆகியவற்றின் கூட்டு முயற்சிகளின் விளைவாக NAMP ஆனது.

23. கருதியதைவிட காற்று மாசுபாடு அபாயகரமானது

தாங்கள் முன்பு கருதியதை விட காற்று மாசுபாடு மிகவும் அபாயகரமானதாக இருக்கிறது என உலக சுகாதார அமைப்பு எச்சரித்துள்ளது. மேலும் காற்றை மாசுபடுத்தும் நைட்ரஜன் டை ஆக்ஸைட் போன்ற நச்சுப் பொருட்களின் அதிகபட்ச பாதுகாப்பு அளவை குறைத்துள்ளது.

காற்று மாசுபாடு தொடர்புடைய நோய்களால் ஒவ்வோர் ஆண்டும் சுமார் 70 லட்சம் பேர் தங்கள் வாழ வேண்டிய காலத்துக்கு முன்பே இறப்பதாக மதிப்பிடப்பட்டுள்ளது.

நடுத்தர ஏழை நாடுகள் தங்களின் பொருளாதார வளர்ச்சிக்கு மரபுசார் எரிபொருட்களை நம்பியுள்ளதால் அவர்கள்தான் இதனால் அதிகம் பாதிக்கப்படுகின்றனர்.

புகைப்பிடித்தல் மற்றும் ஆரோக்கியமற்ற உணவை உட்கொள்வது போன்ற பிரச்சனைகளுக்கு நிகராக காற்று மாசுபாட்டை வைத்திருக்கிறது உலக சுகாதார அமைப்பு.

வரும் நவம்பர் மாதம் COP26 உச்சி மாநாடு நடக்கவுள்ளது. அதற்குள், 194 உறுப்பு நாடுகளையும் தங்களின் நச்சுக் காற்று உமிழ்வைக் குறைக்க வலியுறுத்தியுள்ளது உலக சுகாதார அமைப்பு.

மேலும் பருவநிலை மாற்றம் தொடர்பாகவும் நடவடிக்கை எடுக்க வலியுறுத்தியுள்ளது. புதன்கிழமை வெளியிடப்பட்ட புதிய வழி காட்டுதலில், பி.எம் 2.5 நுண்துகள்களின் அதிகபட்சம் சுவாசிக்கத் தக்க அளவு பாதியாக குறைக்கப்பட்டுள்ளது.

இந்த நுண் துகள்கள் மின்சார உற்பத்திக்காக எரிபொருட்கள் எரிக்கப்படுவதாலும், வீடுகளில் வெப்பமூட்டும் அமைப்புகளாலும் வாகனங்களின இன்ஜின்களாலும் உருவாகின்றன.

உங்கள் உணவு ஊட்டச்சத்து மிக்கதா என அறிவது எப்படி?

காற்று மாசு மிகுந்த டெல்லியில் குழந்தைகளுக்கு ஆஸ்துமா ஏற்படும் ஆபத்து அதிகம். ஆய்வு : "தற்போது முன் மொழியப்பட் டிருக்கும் வழிகாட்டுதலில் குறிப்பிடப்பட்டுள்ள அளவுக்கு காற்று மாசுபாடுகள் குறைக்கப்பட்டடால், பி.எம் 2.5 நுண் துகள்களால் ஏற்படும் மரணங்களில் கிட்டத்தட்ட 80 சதவீதத்தைத் தவிர்க்கலாம்" என உலக சுகாதார அமைப்பு கூறியுள்ளது.

இதோடு பி.எம் 10 என்கிற நுண் துகள்களின் பரிந்துரைக்கப்பட்டுள்ள அதிகபட்சம் சுவாசிக்கத்தக்க அளவும் 25 சதவீதம் குறைக்கப் பட்டுள்ளது.

காற்று மாசுபாட்டுக்கும் இதயநோய் மற்றும் மாரடைப்புக்கும் தொடர்புள்ளது. குழந்தைகள் மத்தியில் காற்று மாசுபாடு நுரை யீரலின் வளர்ச்சியைக் குறைத்து, ஆஸ்துமாவை அதிகப்படுத்தும்.

"காற்றின் தரத்தை உயர்த்துவது பருவநிலை மாற்றத்தினால் ஏற்படும் பாதிப்புகளைக் குறைக்கும். நச்சுக் காற்று உமிழ்வைக் குறைப்பது காற்றின் தரத்தை உயர்த்தும்" என்று உலக சுகாதார அமைப்பு கூறியுள்ளது.

சுற்றுச்சூழல் பகுப்பாய்வாளர் ரோஜர் ஹரபினின் பகுப்பாய்வு :

ஒவ்வொரு தசாப்தத்திலும் மெல்ல பாதுகாப்பான மாசுபாட்டு அளவு குறைக்கப்படடு வருகிறது.

இதயநோய் மற்றும் நுரையீரல் நோயால் பாதிக்கப்பட்டுள்ள வர்களுக்கு இது செய்தியாக இல்லாமல் இருக்கலாம். ஆனால் இந்த நச்சுப்பொருட்கள் மற்றும் வாயுக்கள் முன்பு கருதியதை விட குறைந்த வயதிலேயே மக்களை பாதிக்கக் கூடியதாக இருக்கிறது.

மிக ஆபத்தான மாசுபாட்டை ஏற்படுத்தும் பொருட்கள் எவ்வளவு இருக்கலாம் என்று உலக சுகாதார அமைப்பு பரிந்துரைத்திருப்பதை விட பிரிட்டனின் சட்டத்தில் குறிப்பிடப்பட்டிருப்பது நான்கு மடங்கு அதிகம்.

கண்ணுக்குத் தெரியாத மிகச் சிறிய துகள்களை, நுரையீரலுக்குள் இழுத்து சுவாசிப்பதை நிறுத்துவது தான் மிகப்பெரிய பிரச்சனை. அதை நிறுத்துவது மிகவும் கடினம்.

வாகனங்கள் மற்றும் வெப்பமூட்டும் அமைப்புகளில் காற்று மாசுபடுகிறது. ஆனால் மனிதர்களை பாதிக்கும் நுண்துகள்கள் மற்ற சில வழிகள் மூலமாகவும் காற்றில் கலக்கின்றன அல்லது வேதிப் பொருட்களோடு வேதிவினை ஏற்படும்போது காற்றில் உருவா கிறது.

பெயின்ட்கள், சுத்தம் செய்யும் திரவங்கள், சால்வென்ட்கள் வாகனங்களின் டயர்கள், பிரேக் பாகங்கள் போன்றவைகள் நுண் துகள்களின் தோற்றுவாய்களாக இருக்கின்றன. எனவே மின்சார வாகனங்கள் கூட ஒரு கச்சிதமான தீர்வைக் கொடுக்க முடியாது.

நீங்கள் நகரத்தில் வாழ்கிறீர்கள் என்றால், என்னதான் முயற்சி செய்தாலும் மாசுபாட்டிலிருந்து தப்பிப்பது மிகவும் கடினம்.

❖

24. உலகைத் தொடரும் தொற்றுநோய்கள்

உலகம்பரவுநோய் அல்லது பெருந்தொற்று என்பது கொள்ளை நோய் ஒன்று தொற்றுநோயாக இருந்து, அந்த நோய்த்தொற்று விரைவாகப் பரவுவதால், ஒரு நாட்டில் இருந்து இன்னொரு நாட்டுக்கோ, அல்லது ஒரு கண்டத்தில் இருந்து இன்னொரு கண்டத் துக்கோ பரவி, பெரிய அளவில் மக்களைத் தாக்குவதாகும்.

இது உலகம் முழுமைக்கும்கூட பரவக்கூடும். அதாவது கண்டம், உலகம் போன்ற பெரும் பகுதியில் உள்ள மக்களைத் தாக்கும் கொள்ளை நோய் தொற்றைக் குறிக்கும்.

பெரியம்மை, காசநோய் போன்ற நோய்கள் இவ்வாறு பரவிய நோய்களாக வரலாற்றில் பதியப்பட்டுள்ளது. எச்.ஐ.வி, பறவைக் காய்ச்சல், எச்1.என்1 சளிக்காய்ச்சல், கொரானா போன்றன அண்மையில் பரவிய உலகம் பரவும் நோய்கள் ஆகும்.

உலக சுகாதார நிறுவனத்தின் வரைவிலக்கணப்படி, உலகப் பரவற் தொற்று என்பதற்குப் பின்வரும் நிலைமைகள் தேவை.

மக்களுக்குப் புதிதான நோய் உருவாதல்.

கடுமையான நோய் உண்டாக்கும் தொற்று நோய்க்காரணிகள்.

மனிதர்களிடையே நோய் இலகுவாகப் பரவுதல்.

பரந்த பகுதியில் இருப்பதாலோ, பெருமளவில் மக்கள் கொல்லப் படுவதாலோ மட்டும் ஒரு நோய் உலகம் பரவுநோய் ஆவதில்லை. இது ஒரு தொற்றுநோயாக இருத்தலும் வேண்டும். எடுத்துக் காட்டாகப் பெருமளவில் மக்கள் இறப்பதற்குக் காரணமாகும் புற்றுநோய் உலகம் பரவுநோய் அல்ல.

எச்.ஐ.வி/எயிட்சு

எச்.ஐ.வி முதன்முதலாக ஆப்பிரிக்காவில் தோன்றி ஹைட்டி தீவின் வழியாக 1966 மற்றும் 1972 ஆம் ஆண்டிற்கு இடையில் ஐக்கிய அமெரிக்காவிற்கு பரவியது. எயிட்சு தற்போதைய நிலையில் பரவும் தன்மை நோயாகும். தெற்கு மற்றும் கிழக்கு ஆப்பிரிக்காவின் இதன் தொற்று வீதம் அதிகளவாக 25% அளவிற்கு உள்ளது. 2006 இல் தென் ஆப்பிரிக்காவில் கர்ப்பினி பெண்களில் 29.1% என்ற அளவில் உள்ளது. பாதுகாப்பான பாலியல் நடைமுறைகள் மற்றும் குருதி வழித்தொற்று முன்னெச்சரிக்கை பயிற்சிகள் போன்ற பயனுள்ள தேசிய கல்வித் திட்டங்களுக்கான நிதியுதவிகள் பல ஆப்பிரிக்க நாடுகளில் எச்.ஐ.வி தொற்று விகிதங்களை சீராக குறைக்க உதவியது. எச்.ஐ.வி தொற்று விகிதங்கள் ஆசியாவிலும், அமெரிக்காவிலும் மீண்டும் உயரும் வாய்ப்புகள் உள்ளன.

ஆப்பிரிக்காவில் எய்ட்சு நோய் தாக்குதாலால் இறப்பு எண்ணிக்கை 2025 ஆண்டு வாக்கில் 90-100 மில்லியன் வரை உயரும் என கணிக்கப்பட்டுள்ளது. உலக சுகாதார அமைப்பானது இந்த வைரசால் ஏற்படும் எய்ட்ஸ் நோயை ஒரு உலகம் பரவு நோயாக அறிவித்துள்ளது. ஆனாலும் இது பற்றிய சரியான விழிப்புணர் வின்மையால், இது தொடர்ந்து இடர்தரும் காரணியாகவே இருந்து வருகிறது. இது கண்டுபிடிக்கப்பட்ட 1981ஆம் ஆண்டிலிருந்து 2006ஆம் ஆண்டிற்குள், உலகில் கிட்டத்தட்ட 25 மில்லியன் மக்கள் இத்தீவிர வைரஸ் தொற்றினால் இறந்துள்ளனர். இந்த வைரஸானது

உலக மக்கள் தொகையின் 0.6% இனரில் தொற்றை ஏற்படுத்தியிருப்ப தாக அறியப்படுகிறது.

2005 ஆம் ஆண்டில் மட்டும் 2.4-3.3 மில்லியன் மக்கள் இறப்பு இந்நோயால் ஏற்பட்டதாகவும், அதில் 570,000க்கு மேற்பட்டோர் குழந்தைகள் எனவும் அறியப்படுகிறது. இதில் மூன்றில் ஒரு பகுதி பொருளாதார வீழ்ச்சி, வறுமை நிலை காரணமாக ஆப்பிரிக்காவில் sub-sahara, பகுதியில் நிகழ்ந்ததாக ஆய்வுகள் கூறுகின்றன. தற்போதைய நிலமையின்படி ஆப்பிரிக்காவில் 90 மில்லியன் மக்கள் இந்த வைரசு தாக்குதலுக்கு ஆட்படவிருப்பதாகவும், இதனால் கிட்டத்தட்ட 18 மில்லியன் அநாதைக் குழந்தைகள் உருவாகும் சாத்தியம் இருப்பதாகவும் ஆய்வுகள் சொல்கின்றன.

காலரா

காலரா அல்லது வாந்தி பேதி 19 ஆம் நூற்றாண்டில் மிக அதிகமாக பரவிய நோயாகும். இது பல மில்லியன் கணக்கான மக்களைக் கொன்றது.

முதல் காலரா தொற்று 1816-1826, ஆண்டுகளில் இந்திய துணைக் கண்டத்தில் காலரா பரவியது. வங்காளத்தில் தொடங்கிய இந்த தொற்று, பின்னர் இந்தியா முழுவதும் 1820 ஆம் ஆண்டில் பரவியது. 10,000 பிரித்தானிய துருப்புக்கள் மற்றும் எண்ணற்ற இந்தியர்கள் இந்த தொற்றுநோயால் இறந்தனர். பின்னர் இந்த கொடிய நோய் சீனா, இந்தோனேசியா (அங்கு மட்டும் ஜாவாவின் தீவில் 100,000 க்கும் அதிகமானோர் இறந்தனர்) போன்ற நாடுகளுக்கு பரவியது. 1817 மற்றும் 1860ஆம் ஆண்டுகளுக்கு இடையில் இந்தியாவில் 15 மில்லியனுக்கும் அதிகமானவர்கள் இறந்தனர் என மதிப்பிடப் பட்டுள்ளது. 1865 மற்றும் 1917ஆம் ஆண்டுகளுக்கிடையில் மற்று மொரு 23 மில்லியன் மக்கள் இந்நோய் தாக்கப்பட்டு மாண்டனர். இதே காலகட்டத்தில் ரஷ்ய நாட்டில் 2 மில்லியன் மக்கள் இறந்தனர்.

இரண்டாவது காலரா தொற்று 1829-1851 ரஷ்யா, ஹங்கேரி (கிட்டத்தட்ட 100,000 இறப்புகள்) மற்றும் 1831 ல் ஜெர்மனி, 1832ல்

லண்டன் (55,000த்திற்கும் அதிகமானவர்கள் ஐக்கிய ராச்சியத்தில் இறந்தனர்). பிரான்ஸ், கனடா (ஒண்டாரியோ) மற்றும் ஐக்கிய மாகாணங்கள் (நியூயார்க் நகரம்) ஆகிய நாடுகளில் ஏற்பட்டது.

வட அமெரிக்காவின் பசுபிக் வளைகுடாவில் 1834 ஆம் அண்டு வாக்கில் காலரா தொற்று ஏற்பட்டது. ஆகிய நாடுகளில் ஏற்பட்டது. 1848இல் இங்கிலாந்து மற்றும் வேல்ஸ்ல் ஆகிய நாடுகளில் காலரா பரவல் மூலம் 52,000 மக்கள் இறந்தனர். 1832 க்கும் 1849 க்கும் இடையில் 150,000 க்கும் அதிகமான அமெரிக்கர்கள் காலரா நோய் தாக்கத்தால் இறந்ததாக நம்பப்படுகிறது.

மூன்றாவது தொற்று 1852-1860 முக்கியமாக ரஷ்ய நாட்டை பாதித்தது. ரசியாவில் மட்டும் ஒரு மில்லியன் மக்கள் இறந்தனர்.

1854 முதல் 55 ஆம் ஆண்டு வாக்கில் எசுப்பானியத்தில் மட்டும் காலரா நோயால் 2,36,000 மக்கள் இறந்தனர். மெக்சிக்கோவில் 200,000 மக்கள் இந்நோயால் இறந்தனர்.

நான்காவது தொற்று 1863-1875, ஐரோப்பா மற்றும் ஆப்ரிக்காவில் பெரும்பாலும் இந்நோய் பரவியது. மெக்கா புனிதப்பயணத்தில் ஈடுபட்டிருந்த 90,000 யாத்ரீகர்களில் குறைந்தபட்சம் 30,000 பேர் பாதிக்கப்பட்டனர். 1866 ஆம் ஆண்டில் ரஷ்யாவில் இந்நோய் 90,000 உயிர்களைக் கொன்றது.

பெரியம்மை

பெரியம்மை (Smallpox), மனிதர்களை மட்டும் தாக்கும் அதிகத் தொற்றுத் தன்மை கொண்ட நோயாகும். இது Variola major மற்றும் Variola minor ஆகிய இரு அதி நுண் நச்சுயிர்களால் உண்டாகிறது. இவற்றுள் V. major அதிக உயிர்ப்பலிகளை உண்டாக்க வல்லதாகும். இக்கிருமி தாக்கியவர்களுள் 20 முதல் 40 விழுக்காட்டினர் இறந்து விடுகின்றனர். V. minor கிருமி தாக்கியவர்களுள் ஒரு விழுக்காட்டினர் மட்டுமே இறக்கின்றனர். உயிர் பிழைத்தவர்களில் பலரும், (ஒன்று அல்லது) இரண்டு கண்கள் குருடாவதுடன், நீங்காத தழும்புகளை யும் பெறுகின்றனர். 20ஆம் நூற்றாண்டில் இந்நோய் காரணமாக 300-500 மில்லியன் மக்கள் இறந்தனர்.

*1967*ல் உலக சுகாதார நிறுவனம் வெளியிட்ட அறிக்கையின்படி அந்த ஆண்டு மட்டும் *15* மில்லியின் மக்கள் அந்நோய் பீடிக்கப்பட்டு அவர்களுள் இரண்டு மில்லியன் மக்கள் இறந்தனர். எட்வர்ட் ஜென்னர் இந்நோய்க்கான தடுப்பு மருந்தை *1796*ஆம் அண்டு கண்டுபிடித்தார். *1978*ஆம் ஆண்டு செப்டம்பர் மாதம் ஐக்கிய இராச்சியத்தில் ஜேனட் பார்க்கர் என்பவர் இந்நோய் தாக்கி இறந்தார். அதன் பின் இந்நோயின் தாக்குதல் எங்கும் அறியப்படவில்லை.

தட்டம்மை

தட்டம்மை அல்லது சின்னமுத்து, மணல்வாரி அம்மை, என்றெல்லாம் அறியப்படும் இந்த நோய் பாராமைக்சோ வைரஸ் குடும்பத்தைச் சேர்ந்த மோர்பில்லி தீநுண்மத்தால் ஏற்படும் ஒரு சுவாச நோய்த் தொற்றாகும். மோர்பி தீநுண்மங்கள் உறையுடைய, ஓரிழை எதிர்-உணர்வு ரைபோநியூக்ளிக் அமில தீநுண்மங்களாகும். நோய் அறிகுறிகளாக காய்ச்சல், இருமல், மூக்கொழுகல், சிவந்த கண்கள் ஏற்படுவதுடன் பொதுவான நீல-வெள்ளை நிற மையப்பகுதி கொண்ட சிறிய சிவப்பு நிற புள்ளிகள் போன்ற தோற்றம் வாயினுள் ஏற்படும். உடல் முழுவதும் தோலில் கொப்புளங்கள் இருக்கும்.

தட்டம்மை நோய்த்தொற்று உள்ளவரின் மூக்கில் அல்லது தொண்டையில் வடியும் நீருடன் நேரடியாகவோ, மறைமுகமாகவோ தொற்றும்போது இந்நோய் பரவுகிறது. தொற்றிய இடத்தில் இரண்டுமணி நேரம் வரை வீரியத்துடன் காணப்படும். உடலில் கொப்புளங்கள் தோன்றுவதற்கு நான்கு நாட்கள் முன்பாகவும் நோய் வடிந்த பிறகு நான்கு நாட்கள் வரையும் நோயுற்றவரிடமிருந்த பிறருக்கு நோய் தொற்ற வாய்ப்புள்ளது. விரைவாகப் பரவக்கூடிய இந்த தீநுண்மம் நோயுற்றவருடன் வாழும் இடத்தை பகிரும் *90%* நபர்களுக்கு தொற்றக்கூடிய வாய்ப்பு உள்ளது. தட்டம்மை தொற்றியவருக்கு முதல் தொடர்பிலிருந்து ஒன்பது முதல் பன்னிரெண்டு நாட்கள் வரை அறிகுறியில்லா அடைவுக் காலமாக இருக்கிறது.

❖

25. ஆதாரங்களும் ஆபத்துகளும்

காற்று மாசுபாடு மின்சாரம், போக்குவரத்து, தொழில், குடியிருப்பு, கட்டுமானம் மற்றும் விவசாயம் உள்ளிட்ட பல துறை களுடன் தொடர்புடையது.

காற்று மாசுபாட்டின் ஆதாரங்கள் :

புதைபடிவ எரிபொருள்கள் மற்றும் உமிழ்வுகளை எரித்தல்

காற்றில் உள்ள நச்சு வாயுக்கள் மற்றும் இரசாயனங்களை வெளி யிடும் புதை படிவ எரிபொருட்களை எரிப்பது போன்ற ஆற்றலைப் பயன்படுத்துவதால் பெரும்பாலான காற்று மாசுபாடு ஏற்படுகிறது. நிலக்கரி அல்லது இயற்கை வாயுக்கள் போன்ற புதைபடிவ எரி பொருட்களை எரிப்பதால் ஏற்படும் இரண்டு பொதுவான காற்று மாசுபாடுகள் புகை மற்றும் சூட் ஆகும். புகை அல்லது புகையில் இருக்கும் சிறிய காற்றில் உள்ள துகள்கள் மிகவும் ஆபத்தானவை. ஏனெனில் அவை நுரையீரல் மற்றும் இரத்ததில் நுழைந்து மூச்சுக் குழாய் அழற்சி மற்றும் இதய நோய்களுக்கு வழிவகுக்கலாம்.

தொழிற்சாலைகள், வாகனங்கள், சாலை, தூசி, கட்டுமானம், குப்பைகளை எரித்தல், வீட்டில் உள்ள வீடுகள் மற்றும் டீசல் ஜெனரேட்டர் செட் ஆகியவற்றில் இருந்து வெளியேறும் வாயு மாசுபாட்டின் பிற ஆதாரங்கள்.

ஏர் கண்டிஷனர்களின் பயன்பாடு

காற்றுச் சீரமைப்புகளின் பயன்பாடு அதிகரிப்பது மின்சாரத்தின் தேவையில் நேரடி அதிகரிப்புக்கு வழிவகுக்குகிறது. மின்சாரத்திற்கான இந்த தேவையான கூட்டு ஆற்றல் தேவைகளை பூர்த்தி செய்ய புதைபடிவ எரிபொருட்களை சார்ந்திருப்பதை அதிகரிக்கிறது. இதனால் பசுமை இல்லா வாயு வெளியேற்றத்தை மாசுபடுத்தும் மிகப்பெரிய ஆதாரமாக மின்சாரத்துறை உள்ளது.

கிரீன்ஹவுஸ் வாயு வெளியேற்றத்தின் அளவு அதிகரிப்பது காலநிலை மாற்றம் மற்றும் காற்று மாசுபாட்டிற்கு காரணமாகும். எனவே, காற்றுச் சீரமைப்புகளின் அதிகரித்த பயன்பாடு காற்று மாசுபாட்டிற்கான காரணங்களில் ஒன்றாகும் மற்றும் பொது சுகாதாரத்திற்கு அச்சுறுத்தலாக உள்ளது.

எவ்வாறாயினும், அத்தகைய செயலுக்காக எந்தவொரு தனி நபருக்கும் எதிராக வழக்கு பதிவு செய்ய முடியாது. ஏனெனில் அதிகரித்த எரிசக்தி தேவை அல்லது காற்று மாசுபாட்டிற்கு ஒரு நபர் மட்டுமே பொறுப்பல்ல. காற்று மாசுபாட்டின் இந்த தீங்கு விளைவிக்கும் விளைவுகளுக்கு வழிவகுக்கும் ஒரு சமூகமாக ஏர் கண்டிஷனர்களின் அதிகரித்த பயன்பாட்டின் விளைவாக இது உள்ளது.

வாகன மாசுபாடு

ஒட்டுமொத்த காற்று மாசுபாட்டின் 60-70%க்கு வாகனங்களில் இருந்து வெளியேறும் மாசுதான் காரணம்.

கடுமையான வெகுஜன மாசு உமிழ்வு தரநிலைகள் மற்றும் நெறி முறைகள், பழைய வாகனங்களை அகற்றுதல், வாகன பராமரிப்பு மற்றும் பாதை ஒழுக்கம் பற்றிய விழிப்புணர்வு மாற்று எரிபொருள் திட்டங்கள் மற்றும் உயிரி எரிபொருட்களின் கலவை, ஊக்குவிப்பு போன்ற திருத்தப்பட்ட எரிபொருள் திறன் நெறிமுறைகள் போன்ற

நடவடிக்கைகள் மூலம் இது போன்ற உமிழ்வைக் கட்டுப்படுத்த அரசாங்கம் முயற்சிக்கிறது. மின்சார அல்லது கலப்பின வாகனங்கள் மற்றும் பெருநகரங்கள், இ-ரிக்ஷாக்கள் போன்ற பொதுப் போக்கு வரத்தின் அதிகரித்த பயன்பாடு.

காற்று மாசுபாட்டின் விளைவுகள் :

காலநிலை மாற்றம்

காற்று மாசுபாடு காலநிலை மாற்றத்திற்கான காரணமும் விளைவும் ஆகும். கார்பன்டை ஆக்சைடு மற்றும் மீத்தேன் வெளி யேற்றம் பூமியின் வெப்பநிலையை உயர்த்துகிறது. இதன் விளை வாக, அதிகரித்த வெப்பம் புகைமூட்டம் (புகை மற்றும் மூடுபனி) மற்றும் அதிகரித்த புறஊதா கதிர்வீச்சுக்கு வழிவகுக்கிறது.

உடல்நல பாதிப்புகள்

காற்று மாசுபாடு அதன் உயிருக்கு உடல்நல பாதிப்புகள் காரணமாக மிகவும் கவலை அளிக்கிறது. இருப்பினும் காற்று மாசுபாட்டின் தாக்கம் ஆரோக்கியத்திற்கு மட்டுமல்ல, விவசாயம் மற்றும் மனிதர்கள், தாவரங்கள் மற்றும் விலங்குகளின் பொதுவான நல் வாழ்வுக்கும் பரவுகிறது. காற்று மாசுபாட்டின் பிற விளைவுகள் கண்கள் மற்றும் தொண்டை எரிச்சல், நுரையீரலுக்கு சேதம் மற்றும் ஒவ்வாமை மற்றும் ஆஸ்துமா தாக்குதல்களைத் தூண்டும்.

மாசுபட்ட காற்றை நீண்ட நேரம் வெளிப்படுத்துவது தோல் பிரச்சனைகள், கல்லீரல் மற்றும் இனப்பெருக்க உறுப்புகளுக்கு தீங்கு விளை விக்கும். ஈயம் மற்றும் பாதரசம் போன்ற அபாயகரமான இரசாயனங்கள் காற்றில் இருப்பது குழந்தைகளின் மூளையின் செயல்பாட்டை பாதிக்கும். நுரையீரல் அல்லது இதய கோளாறுகள் உள்ள நோயாளிகள் காற்று மாசுபாட்டின் விளைவுகளுக்கு மிகவும் பாதிக்கப்படுகின்றனர்.

❖

26. ஒகி புயல்

ஒகி புயல் வடக்கு இந்தியப் பெருங்கடலில் இலங்கைக்கு அருகில் நவம்பர் 29ல் உருவான ஒரு வெப்ப மண்டலச் சூறாவளி ஆகும். நிலப்பகுதிக்கு அருகில் உருவானதால் ஆரம்பத்தில் இது வலுவடையவில்லை. எனினும் அரபிக் கடலை அடைந்தபோது திசம்பர் 1 ஆம் தேதி இது வலுவடையத் தொடங்கியது. இலங்கையில் சேதம் ஏற்படுத்திய பிறகு இது இலட்சத்தீவுகள் மற்றும் இந்திய நிலப்பகுதியை நோக்கி நகரத் தொடங்கியது. இப்புயலின் இறுதிக் கட்டத்தில் இது குசராத்தைக் கடந்தது.

இப்புயலுக்கு ஒகி என்ற பெயர் வங்காள தேசத்தால் சூட்டப் பட்டுள்ளது. ஒகி என்ற சொல்லுக்கு வங்காள மொழியில் 'கண்' என்று பொருள்.

மிகவும் கடுமையான சுழல் புயல் ஒகி என்பது ஸ்ரீலங்கா மற்றும் இந்தியாவின் பகுதிகள் அழிவு ஏற்படுத்திய ஒரு வலுவான வெப்ப மண்டல சூறாவளி ஆகும். இது 2015ஆம் ஆண்டின் மெக் சூறாவளிக்குப் பிறகு அரேபிய கடலில் ஏற்பட்ட மிகவும் கடுமையான வெப்பமண்டல சூறாவளி ஆகும். 2017 வட இந்திய பெருங்

கடல் சூறாவளி பருவத்தின் மூன்றாவது மற்றும் வலுவான பெயரிடப்பட்ட புயல் இதுவாகும். ஒகி கிழக்கு அந்தமான் கடலில் நவம்பர் 21, 2017 இல் உருவான குறைந்த அழுத்தப் பகுதியில் தோன்றியது.

வங்காள விரிகுடாவின் தெற்குப் பகுதியை கடந்து செல்லும் போது, வளிமண்டல நிலைமைகள் இது ஒரு ஆழ்ந்த காற்றழுத்தத் தாழ்வு நிலையாக மாற உதவின. நவம்பர் 29 ஆம் தேதி இது இலங்கையில் சொத்து மற்றும் வாழ்க்கைக்கு சேதம் விளைவித்தது. அதிக வளிமண்டல ஈரப்பதம் மற்றும் இலங்கை மற்றும் முக்கியமாக இந்தியாவில் கன்னியாகுமரி இடையேயான வெப்பமான கடல் மேற்பரப்பு வெப்பநிலை காரணமாக நவம்பர் 30 ஆம் தேதி ஒகி ஒரு சூறாவளி புயலாகத் தீவிரமடைந்தது.

இந்தியாவில் கன்னியாகுமரி அருகே நெருங்கும்போது, சூறாவளி ஒகி தன் பாதையை மாற்றியது. அரபிக்கடலில் இலட்சத்தீவை நோக்கிச் செல்லும் போது தீவிரமடைந்தது. புயல் இந்தியாவின் பிரதான கடலோரப் பகுதியிலிருந்து தூரத்திற்குச் சென்ற போதும் கட்டமைப்புகள் மற்றும் சொத்துகளுக்கு கடுமையான சேதத்தை ஏற்படுத்தியது. இந்தியாவில் தமிழ்நாடு மற்றும் கேரளாவின் தென் பகுதிகளில் குறைந்தபட்சம் 218 பேர் இதனால் உயிரிழந்துள்ளனர். திசம்பர் 2 ம் தேதி இலட்சத்தீவை ஒகி தாக்கியது. தேங்காய் மரங்களைச் சாய்த்து, தீவுகளில் உள்ள வீடுகள், மின் இணைப்புகள் மற்றும் பிற உள்கட்டமைப்புகளுக்குச் சேதம் விளைவித்தது. நிலவிய சூழ்நிலைகள் காரணமாக கரையோரத்தில் நுழைவதற்கு முன்பு டிசம்பர் 6ஆம் தேதி இந்தியாவில் குஜராத்தின் தென் கடற்கரைக்கு அருகே ஒகி வலுவிழந்தது.

28 நவம்பர் அன்று வங்காள விரிகுடாவின் தென்மேற்கு மற்றும் தென் இலங்கை மற்றும் பூமத்தியரேகை இந்திய பெருங்கடலின் அருகில் உள்ள பகுதிகளில் குறைந்த அழுத்தப் பகுதியிலிருந்து ஒகி புயல் தோன்றியது. டிசம்பர் 6ஆம் தேதி நன்கு அறியப்பட்ட குறைந்த அழுத்தப் பகுதியாக சூரத் மற்றும் தஹானு இடையே குஜராத்தின் தெற்கு கரையோரத்தை இது கடந்தது. புயல் 2,538 கி.மீ

தொலைவைக் கடந்தது. ஒரு குறைந்த அழுத்தப் பகுதியில் இருந்து முதிர்ந்த சூறாவளியாக பலப்பட்டது வரை இலங்கை, லட்சத்தீவு, தென் இந்தியா, மற்றும் மாலத்தீவில் பெரும் சேதத்தைத் தொடர்ந்தது. அரேபிய கடலில் அதன் இறுதி கட்டங்களில் இது வேகமாக பலவீன மடைந்த போதிலும் இந்தியாவின் மேற்கு கரையோரத்தில், குறிப்பாக மகாராஷ்டிரா மற்றும் குஜராத்தில் அதிக மழை பொழிவைக் கொடுத்தது. இந்தியாவில் 218 பேர் மற்றும் இலங்கையில் 27 பேர் உட்பட இதுவரை இதனால் 245 பேர் உயிரிழந்துள்ளனர். குறைந்தபட்சம் 551 பேர் காணாமல் போயுள்ளனர். இவர்களில் பெரும்பாலானோர் மீனவர்கள் ஆவர்.

கொழும்பில் வலுவான காற்று காரணமாக பல மரங்கள் வேரோடு சாய்ந்தன.

இந்தப் புயலானது இலங்கையில் கனமான மழைப்பொழிவு மற்றும் மிகக் கடுமையான காற்றுகளை உருவாக்கியது. ஆரம்பத்தில் தெற்கு கடலோரத்தை பாதித்தது. மடாரா மற்றும் பொது மடாரா மாவட்டம் குறிப்பாக 70-80 வது/h (40–50 mph) காற்று வேகத்தையும் சூறாவளியின் சுமையையும் அனுபவித்தது. வீழ்ந்த மரங்கள் மற்றும் மின்சக்தி செலுத்துதலுக்கான பாதையில் ஏற்பட்ட சேதங்கள் பாதிக்கப்பட்ட பகுதிகளில் மின் தடைகளை விளைவித்தன. மடாரா, கல்லே மற்றும் அம்பலங்கோடா ஆகிய இடங்களில் மோசமான பாதிப்புக்கள் ஏற்பட்டன.

தென்மேற்கு மற்றும் மேற்கு கரையோரப் பகுதிகள் உட்பட கொழும்பு மற்றும் அதன் புறநகர் பகுதிகள் பாதிக்கப்பட்டன. தலைநகரம் மற்றும் அதன் புறநகர்ப் பகுதிகள் பலவற்றில் மின்தடை மற்றும் சொத்து சேதத்தை ஏற்பட்டது; பல சாலைகள் சாய்ந்த மரங்கள் மற்றும் மின்சார வழிகளால் தடைக்கு உள்ளாயின. இதில் அலுத்கடேயில் உள்ள உச்ச நீதிமன்ற வளாகத்திற்குச் செல்லும் சாலையும் அடங்கும். மழை மற்றும் திடீர் காற்று காரணமாக ஏற்பட்ட மோசமான பார்வை காரணமாக பண்டாரநாயக்க சர்வதேச விமான நிலையம் நவம்பர் 30ம் தேதி ஆரம்பத்தில் இரண்டு ஸ்ரீலங்கன் ஏர்லைன்ஸ் விமான சேவைகளை மாத்தளை

ராஜபக்ஷ சர்வதேச விமான நிலையத்திற்கு திசை திருப்பியது. வானிலை ஆய்வு மையம் நவம்பர் 30 ம் தேதி ஆரம்பத்தில் சிவப்பு எச்சரிக்கை ஒன்றை வெளியிட்டது. மேற்கு, மத்திய, தென் மற்றும் உவா மாகாணங்களில் பாடசாலைகளுக்கு அன்று கல்வி அமைச்சகத்தின் உத்தரவின் படி விடுமுறை அளிக்கப்பட்டது. இதனால் அன்று நடைபெற இருந்த தேர்வுகள் தள்ளி வைக்கப்பட்டன.

டிசம்பர் 1 அன்று, பல அரசாங்க முகவர் எச்சரிக்கைகளை தொடர்ச்சியாக வெளியிட்டன. நாட்டின் அனர்த்த மேலாண்மை மையம் ஒரு வெள்ள எச்சரிக்கையை நில்வலா, ஜின் மற்றும் கலு ஆறுகள் சார்ந்த இடங்களுக்கு வெளியிட்டது. நீர்ப்பாசனத் துறை குறிப்பாக மில்லகந்தா (கலு), பட்டேகமா (ஜின் மீது) மற்றும் பனடுகமா (நில்வலாவில்) ஆகியவற்றை வெள்ளத்தால் பாதிக்கப் பட்டுள்ள பகுதிகளாக அறிவித்தது. இதில் பட்டேகமா மற்றும் பனடுகமா ஆகியவை ஏற்கனவே சிறிய உள்ளூர் வெள்ளத்தால் பாதிக்கப்பட்டன. தேசிய கட்டட ஆராய்ச்சி அமைப்பு கலுடரா மாவட்டத்திற்கும் அதன் சுற்றுப்புறங்களுக்கும் (பலின்டனுவரா, புலத்சிங்களா, இங்கிரியா மற்றும் அகலவட்டா ஆகிய பகுதிகளுக்குக் குறிப்பாக) ஒரு எச்சரிக்கையை வெளியிட்டது. நிலச்சரிவு மற்றும் புதைகுழி உருவாக்கம் ஆகியவற்றை கணித்தது.

வடக்கு, வட-மத்திய, உவா, தெற்கு, மேற்கு, சபரகமுவா மற்றும் மத்திய மாகாணங்களுக்கு வானிலைத் துறை கடுமையான மழை எச்சரிக்கைகளை வெளியிட்டது. கடினமான கடல் மற்றும் 70 வது/ km/h (40 mph) வரை வேகமான காற்று வீசும் என மீன்பிடி சமூகங்களுக்கு கூடுதலாக ஒரு எச்சரிக்கையும் விடப்பட்டது. டிசம்பர் 2ஆம் தேதி, காவலர்கள் மற்றும் தீயணைப்பு வீரர்கள் உத்தியோகபூர்வமாக இலங்கை கடற்படையினருடன் இணைந்தனர். தொடர்ந்து இராணுவம் மற்றும் விமானப்படையும் தேடல் மற்றும் மீட்பு நடவடிக்கைகளில் இணைந்தன. இவர்களுக்கு அரச முகவர்கள் மற்றும் இலங்கை செஞ்சிலுவைச் சங்கம் ஆகியவை உதவி புரிந்தன.

டிசம்பர் 2, 2017ல், சூறாவளி இலங்கையில் இருந்து விலகி இந்தியாவின் மேற்கு கரையோரத்திற்குச் சென்றது.

மாலத்தீவுகள்

நவம்பர் 30 அன்று பல படகுகள் கவிழ்ந்தன.

காஃபு அதோலில் உள்ள சினமன் டோன்வெல்லி தீவில் ஒரு சரக்கு படகு (3 பேர் மீட்கப்பட்டனர்)

காஃபு அதோல் 20195ல் உள்ள தாஜ் பவள பாறைகளில் ஒரு சரக்கு படகு (3 பேர் மீட்கப்பட்டனர்),

ஷவியனி அதோலில் மாவுங்கூது தீவில் ஒரு வேகப்படகு (13 பேர் மீட்கப்பட்டனர்).

மொத்தத்தில் ஒகி விளைவுகளின் காரணமாக மாலத்தீவிய கடலில் 14 தனிச் சம்பவங்கள் குறிப்பிடப்பட்டுள்ளன.

திசம்பர் 3 வரை, மாலத்தீவில் 62 தீவுகளில் உள்ள வீடுகள் ஒகியின் துணை விளைவுகளால் சேதமடைந்தன; 36 தீவுகள் மழையால் தூண்டப்பட்ட வெள்ளத்தை அனுபவித்தன. மேலும் 4 தீவுகள் புயல் அலைகளால் மூழ்கடிக்கப்பட்டன. உள்ளூர் குடிமகன்கள் தங்களால் சொந்தமாக நிர்வகிக்க முடியாத தீவுகளில் மாலத்தீவுகள் தேசிய பாதுகாப்புப் படை மீட்பு மற்றும் வெள்ள வடிகால் முயற்சிகள் செய்யப் பணிக்கப்பட்டது; காவலர்களும் உதவி புரிந்தனர்.

இந்தியா

சூறாவளி ஒகி நவம்பர் 30ல் பெருநில இந்தியாவின் தெற்கு முனையான கன்னியாகுமரி அருகே கடலை கடந்தது. இது கன்னியாகுமரிக்கு அருகே திசை திரும்பி, அரேபிய கடலில் இலட்சத்தீவுகளை நோக்கி நகர்ந்தபோதிலும் சேதம் மற்றும் அழிவை தமிழ்நாடு மற்றும் கேரளாவின் தெற்கு மாவட்டங்களில் ஏற்படுத்தியது. குறிப்பாக தமிழ்நாட்டின் கன்னியாகுமரி மாவட்டம் மற்றும் கேரளாவின் திருவனந்தபுரம் மாவட்டத்தில் சேதம் ஏற்படுத்தியது. கேரளா முழுவதும் ஏற்பட்ட சேதம் ஆரம்பத்தில் ரூ.1843 கோடியாக மதிப்பிடப்பட்டது. தமிழகத்தில் சேதம் ரூ.1000 கோடி ரூபாய்க்கு அதிகமாக மதிப்பிடப்பட்டுள்ளது. ஆழ்ந்த தாழ்வுநிலையாக, இந்த புயல் தமிழ்நாடு மற்றும் கேரளாவின் கரையோரத்தில்

மோதியது. உள்கட்டமைப்பு சேதம் மற்றும் 34 பேர் உயிர்ப்பலி ஆகியவற்றை ஏற்படுத்தியது. இப்புயலில் கேரளாவில் 52 பேர் மற்றும் தமிழ்நாட்டில் 11 பேர் கொல்லப்பட்டதாகவும் பலர் காணாமல் போனதாகவும் மதிப்பிடப்பட்டுள்ளது. டிசம்பர் 2 ஆம் தேதி சூறாவளி இலட்சத்தீவுகளைத் தாக்கியது.

தெற்கு ரயில்வே பகுதியளவு ரயில் சேவைகளை ரத்து செய்த தாக அறிவித்தது. நாகர்கோவில் மற்றும் கன்னியாகுமரி, நாகர் கோவில் மற்றும் திருவனந்தபுரம், மற்றும் நாகர்கோவில் மற்றும் திருநெல்வேலி ஆகியவை இடையேயான இரயில் சேவைகள் சூறாவளி ஒகி காரணமாக இரத்து செய்யப்பட்டன. திடீர் காற்று மற்றும் இடைவிடாத இரவு மழை மாவட்டத்தைத் தாக்கியது. 550 மரங்கள் மற்றும் 950 மின்சாரக் கம்பிகளைச் சாய்த்து சாதாரண வாழ்க்கையைப் பாதித்தது. பல பகுதிகள் மின் வெட்டுக்களால் பாதிக்கப்பட்டன. திருநெல்வேலி, தூத்துக்குடி, விருதுநகர் மற்றும் தஞ்சாவூர் மாவட்டங்களில் கல்வி நிறுவனங்கள் மூடப்பட்டன. இந்திய கடற்படை மற்றும் கடலோர காவல் படையினர் இலட்சத் தீவின் கடலோரப் பகுதிகளில் சிக்கியுள்ள மீனவர்களைத் தேடினர். 400க்கும் மேற்பட்டவர்கள் மீட்கப்பட்டு, வெளியேற்றப்பட்டு, சில உடல்களும் கண்டுபிடிக்கப்பட்டன.

கேரளாவில் எர்ணாகுளம் மாவட்டத்தின் கடலோர பகுதிகள் சூறாவளியால் பாதிக்கப்பட்டன. சுமார் 2,648 பேர் கொச்சினின் ஏழு முகாம்களுக்கு அனுப்பப்பட்டனர். மரங்கள் விழுந்ததால் நவம்பர் 30 அன்று தமிழ்நாட்டின் கன்னியாகுமரி மாவட்டத்தில் ஐந்து பேர் இறந்தனர். திசம்பர் 2ம் தேதி இலட்சத் தீவுகளை சூறாவளி தாக்கியது. இலட்சத்தீவுகளின் மினிகோய், கல்பேனி, கவரட்டி ஆகிய மூன்று பெரிய தீவுகள் பெரும் பாதிப்புக்குள்ளாயின. கவரட்டியில் உள்ள ஒரு உப்பு நீக்கும் ஆலை சேதமடைந்தது. ஒகி புயல் டிசம்பர் 4 ம் தேதி இலட்சத்தீவில் இருந்து விலகி இந்தியாவின் மேற்கு கரையோரத்தை அடைந்தது. மும்பை மற்றும் பிற அருகி லுள்ள பகுதிகளிளுக்கு அரிதான டிசம்பர் மாத மழைப்பொழிவைக் கொண்டு வந்தது. கோவாவில், கடற்கரைக் குடில்கள் சூறாவளி ஒகி

காரணமாக உயர் அலைகளால் தாக்கப்பட்டன. மாநிலத்தின் பல முக்கிய கடற்கரைகள் திடீரென நீர் உட்புகல் காரணமாகப் பாதிக்கப்பட்டன. இதனால் குடில்கள் மூழ்கடிக்கப்பட்டதுடன் மண் அரிப்பும் ஏற்பட்டது. மோர்ஜிம், மன்ரேம், அரம்போல் மற்றும் குவேரிம் கடற்கரைகளில் கிட்டத்தட்ட 50 குடில்கள் சேத மடைந்தன.

பர்தெஸ் தாலுக்காவில், அன்ஜுனா மற்றும் பகா கடற்கரை களில் மண் அரிப்பு மட்டும் மற்றும் நெருலில் கோகோ கடற்கரை யில் ஒரு தக்க வைத்தல் சுவர் சேதம் அடைந்ததாகத் தெரிவிக்கப் பட்டது. சூறாவளி ஒகியை அடுத்து ஏற்பட்ட திடீர் மழை மற்றும் கொந்தளிப்பான வானிலை காரணமாக மஹாராஷ்டிராவில் திராட்சை பண்ணைகள் கடுமையாக பாதிக்கப்பட்டன. நாசிக் மாவட்டம் ஒகி புயல் காரணமாக 125.5 மிமீ மழையைப் பெற்றது. பிரிஹான்மும்பை நகராட்சி கார்ப்பரேஷனின் (BMC) திட கழிவு மேலாண்மை (SWM) துறையால் வெளியிடப்பட்ட மதிப்பீடுகளின் படி மும்பை கடற்கரைக்கு கடலில் இருந்து சுமார் 80,000 கிலோ அல்லது 80 டன் கழிவுகள் சூறாவளி ஒகி காரணமாகச் சேர்க்கப் பட்டது.

குஜராத்தில், தெற்கு பகுதியின் சில பகுதிகளில் கணிசமான மழை பெய்தது. அதிகபட்சமாக உமர்கமில் 90 மி.மீ. மழை பெய்தது. காய்கறிகள் மற்றும் வாழை பயிர்களுக்கு சேதம் ஏற்படுத்தியது. மணிக்கு 25 கி.மீ வேகத்தில் வலுவான காற்றுகளும் பதிவு செய்யப் பட்டுள்ளன. மழை மற்றும் குளிர் காலநிலை மக்கள் மற்றும் பயிர்களை பாதித்தது.

இலங்கை

டிசம்பர் 3 ஆம் தேதி, பாதிக்கப்பட்ட குடிமக்களை இலக்காகக் கொண்ட நிவாரணப் பணிகளுக்கான தேசிய காப்பீட்டு அறக்கட்டளை நிதியில் ரூ. 170 மில்லியன் அரசால் ஒதுக்கீடு செய்யப் பட்டது. இது பாதிக்கப்பட்ட ஒவ்வொரு பிரதேச செயலகத்திலும் விநியோகிக்கப்பட்டது. ஒகியால் குறிப்பிடத்தக்க அளவிற்கு பாதிக்கப்பட்ட ஒவ்வொரு குடும்பத்தினருக்கும் ஆரம்ப கட்டமாக

ரூ.10,000 வழங்கப்பட்டது. அதே நாளில் நடத்தப்பட்ட ஒரு நாடாளுமன்ற விவாதத்தில், நாட்டின் வானிலை ஆய்வு மையத்தை மழை அளவீட்டு தானியங்கு அமைப்பின் மூலம் மேம்படுத்த அரசாங்கம் உறுதியளித்தது. சேதமடைந்த வீடமைப்பு மற்றும் வணிக அமைப்புகள், சூறாவளி அல்லது விளைவுகளின் காரண மாகச் சேதமடைந்த உள்நாட்டு உபகரணங்கள் மற்றும் இழந்த உயிர்களுக்கு மாநில இழப்பீடு அறிவிக்கப்படும் என உறுதியளித்தது.

2017 ஆம் ஆண்டு திசம்பர் 4 ஆம் தேதி நிலவரப்படி, சூறாவளி யால் 27 பேர் உயிரிழந்ததோடு மேலும் 77 பேர் காயமடைந்தனர்; 16 மாவட்டங்களில் 35,354 குடும்பங்களைச் சேர்ந்த 123,217 பேர் பாதிக்கப்பட்டுள்ளதாக பேரிடர் மேலாண்மை மையம் தெரி வித்துள்ளது. 1,424 இடம் பெயர்ந்த குடும்பங்களில் 5,650 நபர்கள் 65 அவசர நலத்துறை மையங்களில் தஞ்சம் வழங்கப்பட்டனர். வீடுகள் முழுமையாக அழிக்கப்பட்டன. மேலும் 32,347 வீடுகள் மாறுபட்ட அளவுகளுக்கு சேதம் அடைந்தன.

இந்தியா

கேரளா மற்றும் தமிழ்நாடு ஆகிய மாநிலங்கள் சிறப்பு மீட்புக் குழுக்களை டிசம்பர் 2ஆம் தேதி காணாமல் போன மீனவர்களை கண்டுபிடிப்பதற்காக அனுப்பின. அம்மீனவர்கள் அனைவரும் புயலின்போது கடலில் இருந்தனர். அரசாங்க நடவடிக்கையில் திருப்தியற்ற மக்கள் கடற்கரையோரப் பகுதிகளில் போராட் டத்தில் ஈடுபட்டனர். இதன் காரணமாக மீட்புக் குழுக்கள் அனுப்பப்பட்டன. தேடுதல் பணியில் கடற்படை மற்றும் கடலோர காவல்படையினர் ஈடுபடுத்தப்பட வேண்டும் என ராஜ்நாத் சிங்கிடம் எடப்பாடி பழனிச்சாமி வலியுறுத்தினார். கேரள முதலமைச்சரான பினராயி விஜயன் 400 புயலில் சிக்கிய மீனவர்கள் மீட்கப்பட்டதாகக் கூறினார். அவரது அரசாங்கம் ரூ.7,340 கோடி நிவாரண நிதியாக கேட்டது. 138 மீனவர்களைக் கொண்ட 12 படகுகள் கல்பெனி பகுதிக்கு வந்து சேர்ந்தன. அதே நேரத்தில் 4 படகுகள் லட்சத்தீவில் உள்ள அன்ரோத், கிதான் மற்றும் சட்லெட் ஆகிய பகுதிகளுக்கு வந்து சேர்ந்தன.

லட்சத்தீவில் பெருமளவு கடல் அரிப்பு, மின்சார துண்டிப்பு, கட்டடங்களுக்கு சேதம் மற்றும் குடிநீர் பற்றாக்குறை ஆகிய பாதிப்புகள் ஏற்பட்டன. மக்களுக்கு மனிதநேய உதவி மற்றும் பேரழிவு நிவாரண நடவடிக்கைகளை இந்திய கடற்படை லட்சத்தீவில் செய்தது. ஞாயிற்றுக்கிழமை அன்று கடற்படையானது நிவாரணப் பொருட்களை மினிகோய், கவரட்டி மற்றும் கல்பெனி ஆகிய பகுதிகளுக்குக் கொண்டு சென்றது. அரிசி, பருப்பு, உப்பு மற்றும் உருளைக்கிழங்கு, குடிநீர், போர்வைகள், மழை ஆடைகள், தூக்கி எறியக்கூடிய உடைகள், கொசுவலை ஆகிய 4 டன் நிவாரணப் பொருட்கள் உள்ளூர் அரசாங்கத்திற்கு கொடுக்கப் பட்டது. உலர் பொருட்கள் மற்றும் உடனடியாக உண்ணத்தகுந்த உணவுப்பொருட்கள் ஆகியவையும் ஹெலிகாப்டர் மூலம் கவரட்டி தீவின் த்வீப்ரக்சக் தளத்திலிருந்து கொண்டு செல்லப்பட்டதாகத் தகவல் வெளியானது.

நிவாரணப் பொருட்களானது 2000 பேருக்கு ஒரு வாரத்திற்கான தேவையை பூர்த்தி செய்யும் என்று அரசாங்கம் கூறியது. தமிழ்நாடு அரசாங்கம் டிசம்பர் 6ஆம் தேதி கிட்டத்தட்ட 4,501 வீடுகள் ஒகி புயல் தாக்கிய கன்னியாகுமரி மாவட்டத்தில் பகுதி அளவு அல்லது

முழுவதுமாக சேதமடைந்து இருப்பதாகக் கூறியது. ரூ.41 லட்சம் வரையான நிவாரணம் வழங்கப்பட்டதாக கூறியது. 1,687 வீடுகள் முழுவதுமாக சேதமடைந்துள்ளதாகவும் 2,814 வீடுகள் பகுதி யளவில் சேதமடைந்த இருப்பதாகவும் வெளியான அரசாங்க செய்தியில் கூறப்பட்டிருந்தது. அரசாங்கமானது ரூ.9,302 கோடியை நிவாரண நிதியாகக் கேட்டது.

அரசாங்க அதிகாரிகளின் கூற்றுப்படி, 30 நவம்பர் 2017 அன்று வரை 33,000 பேர் கேரளாவிலும், 2,800 பேர் தமிழ்நாட்டிலும் புயலால் பாதிக்கப் பட்டுள்ளனர். கேரளா மற்றும் தமிழ்நாட்டின் பகுதிகளைப் புயல் தாக்கிய பிறகு 39 பேர் இறந்ததாகவும், 167 பேர் காணாமல் போனதாகவும் மத்திய அரசு கூறியுள்ளது. தமிழ்நாடு, கேரளா மற்றும் இலட்சத்தீவு ஆகிய பகுதிகளில் மீட்புப் பணிகளை காணாமல் போனவர்களை கண்டுபிடிப்பதற்காக அதிகாரிகள் மேற்கொண்டனர். 74 மீனவர்கள் தமிழ்நாட்டிலும் 93 மீனவர்கள் கேரளாவிலும் காணாமல் போனதாகக் கணக்கிடப்பட்டுள்ளது. புயலால் இறந்தவர்களின் குடும்பத்திற்கு ரூ.20 இலட்சமும், நிரந்தர மாக ஊனம் அடைந்தவர்களுக்கு ரூ.5 இலட்சமும் நிவாரணமாக வழங்கப்படும் என கேரள முதலமைச்சர் பினராயி விஜயன் அறிவித்தார். மீனவர்கள் மற்றும் அவர்களது குழந்தைகளுக்கு ரூ.60 மற்றும் ரூ.45 கொடுப்பனவாக வாராவாரமும், கரையோர கிராம மக்களுக்கு இலவச உணவு மற்றும் பொருட்கள் ஒரு மாத காலத் திற்கு வழங்கப்படும் எனவும் அவர் அறிவித்தார்.

இடதுசாரிகள் ஆளும் மாநிலங்களிடம் அலட்சிய மனப்பான்மையைக் கடைபிடிப்பதாக கேரள முதலமைச்சர் பினராயி விஜயன் பிரதம மந்திரி நரேந்திர மோடியிடம் புகார் செய்தார். ஒகி புயல் மற்றும் அதற்குப் பின்னர் நடந்த இயற்கைப் பேரழிவு விஷயங்களில் மத்திய அரசு வேறுபட்ட அணுகுமுறையைக் கடைபிடித்ததாகப் புகார் கூறினார். மத்திய அரசு தமிழ்நாடு முதலமைச்சரிடம் நிலைமையைப் பற்றி விசாரித்தது ஆனால் கேரளாவிடம் அம்மாநில நிலைமையைப் பற்றி விசாரிக்க வில்லை. திருவனந்தபுரத்திற்கு அருகிலுள்ள மீனவ கிராமமான விழிஞ்சத்தில் மீனவர்கள் மற்றும் அவர்களது குடும்பங்கள் போராட்டம் நடத்தி விழிஞ்சத்திற்கு வந்த விஜயனின்

காரை செல்ல விடாமல் தடுத்தனர். நவம்பர் 29ஆம் தேதி மீனவர்களுக்கு புயல் எச்சரிக்கை கொடுப்பதில் கேரள அரசு தாமத மாக செயல்பட்டதாகப் போராட்டக்காரர்கள் கூறினர்.

அந்நேரத்தில் புயலானது தாழ்வழுத்த மையமாக இலங்கைக்கு அருகில் இருந்தது. மீன் பிடிக்கும் அறிவுரை மட்டுமே வழங்கிய தாகவும், எச்சரிக்கை எதுவும் வழங்கவில்லை என கேரள பேரழிவு மேலாண்மை மையம் இந்திய வானிலை மையத்தின் மீது குற்றம் சாட்டியது. கேரள பேரழிவு மேலாண்மை மையத்தின் உறுப்பினர் செயலாளரான சேகர் குரியகோஸ், வானிலை ஆய்வு மையத்தால் நவம்பர் 29ஆம் தேதி புயல் எச்சரிக்கையைக் கொடுத்திருக்கவே முடியாது, ஏனெனில் புயலானது நவம்பர் 30ஆம் தேதி நண்பகல் வரை தாழ்வு மயமாகவே இருந்தது என டிசம்பர் 1ஆம் தேதியின் பத்திரிகை அறிவிப்பின்படி கூறினார்.

ஒருத்தரும் வரல என்பது ஒகி புயலின் விளைவுகளைப் பற்றிப் பேசிய ஒரு ஆவணப்படம் ஆகும். இது அரசாங்கங்களின் போதிய முயற்சிகளை எடுக்காத தன்மை மற்றும் அதைச் சுற்றி நடந்த அரசியலைப் பற்றி பேசியது.

❖

27. புரேவி புயல்

புரேவி புயல் (Cyclone Burevi) என்பது வங்கக் கடலில் உருவான ஒரு வெப்ப மண்டலச் சூறாவளி ஆகும். இது இலங்கை மற்றும் இந்தியாவின் தெற்குப் பகுதிகளை நோக்கி நகர்ந்த புயலாகும். இது 2020 ஆம் ஆண்டில் வட இந்தியப் பெருங்கடல் சூறாவளிப் பருவ காலத்தில் ஒன்பதாவது காற்றழுத்தத் தாழ்வு மண்டலம் மற்றும் பெயரிடப்பட்ட ஐந்தாவது புயலாகும். இது நவம்பர் 28 ஆம் நாள் வங்கக்கடலில் தாழ்வழுத்தப் பகுதியாக உருவானது. நவம்பர் 30 அன்று இது காற்றழுத்தத் தாழ்வு மண்டலமாக உருவானது. அதற் கடுத்த நாளில் இது புயலாக (அ) சூறாவளியாக உருவெடுத்தது.

நவம்பர் 28, அச்சே கடற்கரையில் ஒரு குறைந்த அழுத்த பகுதி உருவானது. இது படிப்படியாக நவம்பர் 30 அன்று ஒரு காற்றழுத்தத் தாழ்வு மண்டலமாகத் தீவிரமடைந்தது. அதே நாளில் கூட்டு சூறாவளி எச்சரிக்கை மையம் கணினியில் ஒரு வெப்ப மண்டல சூறாவளி உருவாக்க எச்சரிக்கையை வெளியிட்டது. டிசம்பர் 1 அன்று ஒ.ச. நே 3:00 இல், தாழ்வழுத்த மண்டலமானது ஆழ்ந்த காற்றழுத்தத் தாழ்வு மண்டலமாக மாறியது.

இந்திய வான்வெளி ஆய்வுத்துறை மற்றும் கூட்டு சூறாவளி எச்சரிக்கை மையம் ஆகிய இரு அமைப்புகளுமே ஒ.ச.நே 15.00 மணியளவில் இந்த ஆழ்ந்த காற்றழுத்தத் தாழ்வு மண்டலமானது 'சூறாவளி புயல்' அல்லது 'வெப்ப மண்டல சூறாவளி'யாக மாறி விட்டதாகவும், இச்சூறாவளிக்கு 'புரேவி' என்ற பெயரளித்தும் அறிவிப்பினை வெளியிட்டன. இந்தச் சூறாவளி அல்லது புயலுக் கான பெயர் மாலத்தீவினால் பரிந்துரைக்கப்பட்டது.

டிசம்பர் 2 ஆம் தேதி 15:00 ஒ.ச. நேரத்தில், புரேவி அதன் உச்ச தீவிரத்தை ஒரு மணி நேரத்திற்கு 45 மைல் (மணிக்கு 72 கிமீ / மணி) வேகத்தில் 1 நிமிட நீடித்த காற்று மற்றும் 996 மில்லிபார் பாரோ மெட்ரிக் அழுத்தத்துடன் அடைந்தது. சிறிது நேரத்திற்குப் பிறகு, புரேவி இலங்கையின் கிழக்கு கடற்கரையில் நிலச்சரிவை ஏற்படுத்தியது என்றும் இலங்கை வானிலை ஆய்வுத் துறை தெரி வித்துள்ளது.

புயல் உருவானதைத் தொடர்ந்து தமிழ்நாடு, தெற்கு கேரளம் மற்றும் இலங்கை ஆகிய பகுதிகளுக்கு எச்சரிக்கை அறிவிப்புகள் வெளி யிடப்பட்டன.

இலங்கை வானிலை ஆய்வுத் துறையினால் ஒரு சிவப்பு எச்சரிக்கை விடுக்கப்பட்டது. புரேவிக்கு முன்கூட்டியே, இலங்கையின் வானிலை ஆய்வு அலுவலகம் புயல் தாக்கம், திடீர் வெள்ளம்,

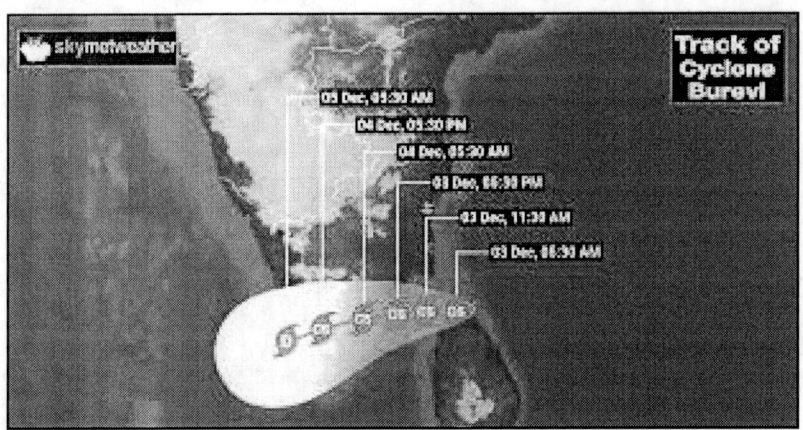

வீடுகள் மற்றும் மின் இணைப்புகளுக்கு சேதம் ஏற்படுமென எச்சரித்தது. சிவப்பு எச்சரிக்கையும் வழங்கப்பட்டது. இலங்கையில் டிசம்பர் 2 முதல் மீன்பிடி மற்றும் கடற்படை நடவடிக்கைகள் நிறுத்தப்படும் என்று எதிர்பார்க்கப்படுவதாக இந்திய வானிலை ஆய்வுத்துறை தெரிவித்தது. இலங்கையின் கிழக்கு கடற்கரைக்கு இந்திய வானிலை ஆய்வுத்துறை புயல் எச்சரிக்கைகளையும் வெளி யிட்டது.

திருகோணமலை மாவட்டத்தில் 237 நிவாரண மையங்கள் திறக்கப்பட்டுள்ள நிலையில், நாட்டின் கிழக்கு கடற்கரையில் 75,000க்கும் மேற்பட்ட மக்கள் வெளியேற்றப்பட்டனர். புயல் காரணமாக வடக்கு மாகாணம் மற்றும் கிழக்கு மாகாணத்தில் குறைந்தது டிசம்பர் 4 வரை பள்ளிகள் மூடப்பட்டன.

டிசம்பர் 2 அன்று, இந்திய வானிலை ஆய்வுத்துறை தெற்கு தமிழ்நாடு மற்றும் தெற்கு கேரளாவுக்கு ஒரு ஆரஞ்சு எச்சரிக்கையை வெளியிட்டது. இது டிசம்பர் 3 ஆம் தேதிக்குள் சிவப்பு எச்சரிக்கை யாக மாற்றப்பட்டது.

தூத்துக்குடி மாவட்டத்தில் 63 நிவாரண மையங்கள் திறக்கப் பட்டன. அங்கு பாசன ஏரிகளில் கடல் நீர் புகுவதைத் தடுக்க 30,000 மணல் மூட்டைகள் தயார் நிலையில் வைக்கப்பட்டன.

நவம்பர் 30 அன்று திருவனந்தபுரம், ஆலப்புழா, கொல்லம் மற்றும் பந்தனம்திட்டா மாவட்டங்களுக்கு ஒரு சிவப்பு எச்சரிக்கை விடப் பட்டது. அதே நேரத்தில் கோட்டயம், இடுக்கி மற்றும் எர்ணாகுளம் மாவட்டங்களுக்கு ஆரஞ்சு எச்சரிக்கையும் விடப்பட்டது. இந்தப் பகுதிகளில் உள்ள அதிகாரிகள் 2000க்கும் மேற்பட்ட நிவாரண மையங்களைத் திறந்து வைத்திருப்பதுடன், டிசம்பர் 3 முதல் 6 வரை மீன்பிடிக்கக் கடலுக்குள் செல்வதைத் தடையும் செய்தனர்.

யாழ்ப்பாணத்தில் ஏற்பட்ட புயலின் போது ஒரு மீனவர் காணாமல் போனதாக மாவட்ட பேரிடர் மேலாண்மை அலுவலகம் தெரி வித்துள்ளது. புரேவி இலங்கையில் கனத்த மழைப்பொழிவைத் தந்துள்ளது. அதிகபட்சமாக 203.5 மில்லிமீட்டர் (8.012 அங்குலம்) மழைப்பொழிவானது ஆலம்பில் பகுதியில் பதிவாகியுள்ளது.

பேரிடர் மேலாண்மை மையத்தின் அறிவிப்பின்படி, 15 வீடுகள் முழுவதுமாக அழிந்துள்ளதாகவும், 192 வீடுகள் பகுதியளவு சேத மடைந்துள்ளதாகவும் அறியப்படுகிறது.

புரேவியின் காரணமாக, தமிழ்நாட்டில் 9 பேர் இறந்துள்ளனர். வெல்லிங்டன் அணைக்கட்டின் தண்ணீர் அளவு வெள்ள அபாய எல்லையைத் தாண்டியது. வெள்ளம் காரணமாக பல கிராமங்கள் சென்னையிலிருந்து துண்டிக்கப்பட்டன.

கடலூர் மாவட்டத்தில் உள்ள சிதம்பரம் நடராசர் கோயில் 340 மி.மீ (13.386 அங்குலம்) மழைப்பொழிவின் காரணமாக வெள்ளத் தால் சூழப்பட்டும், வெள்ள நீர் உட்புகுந்தும் காட்சியளிக்கிறது. பரதம்பட்டம் பகுதியில் விவசாய நிலங்கள் வெள்ளநீரால் மூழ்கி சேதமடைந்துள்ளன.

புதுச்சேரியில், மழைப்பொழிவன் அளவானது, 2020 டிசம்பர் 4 அன்ற நிலைப்படி, 138 மி.மீ (5.433 அங்குலம்) என்ற அளவில் இருந்தது. புதுச்சேரி நகரத்தில், திசம்பர் 3 அன்று மின் இணைப்பானது துண்டிக்கப்பட்டிருந்தது. புதுச்சேரிப் பகுதியில் மரங்கள், பயிர்கள் மற்றும் குடிசைகள் சேதமடைந்தது அறிவிக்கப்பட்டுள்ளது.

❖

28. ஹுத்ஹுத் புயல்

ஹூத் ஹூத் புயல் என்பது 2014 ஒக்டோபரில் வங்காள விரிகுடாவில் அந்தமானுக்கு அருகே உருவான புயலாகும். அந்தமானில் உருவான காற்றழுத்தத் தாழ்வு மண்டலம் படிப்படியாக வலுவடைந்து புயலாக மாறியது. அந்தமானுக்கு அருகேயுள்ள லாங் தீவுக்கு அருகில் நிலைகொண்ட இந்தப் புயலானது மேற்கு, வடமேற்காக நகர்ந்து, இந்தியாவின் கிழக்குக் கடற்கரையைக் கடந்த ஒரு வெப்ப மண்டலப் புயலாகும். 2014 இல் வடக்கு இந்தியப் பெருங்கடலில் உருவான மிக பலம் வாய்ந்த புயலாகும்.

இது ஒக்டோபர் 12 அன்று முற்பகல் ஆந்திராவின் விசாகப்பட்டினத்திற்கும் ஒடிசாவின் கோபால்பூருக்கும் இடையில் கரையைக் கடக்கும் என எதிர்பார்க்கப்பட்டது. இதனையடுத்து ஆந்திரா மற்றும் ஒடிசா மாநிலங்களில் புயல் எச்சரிக்கை விடுக்கப்பட்டது.

இப்புயலுக்குரிய ஹூத் ஹூத் என்ற பெயர் ஓமானின் பரிந்துரைக்கேற்ப வைக்கப்பட்டுள்ளது. அராபிய மொழியில் இது ஓர் பறவையைக் குறிக்கிறது.

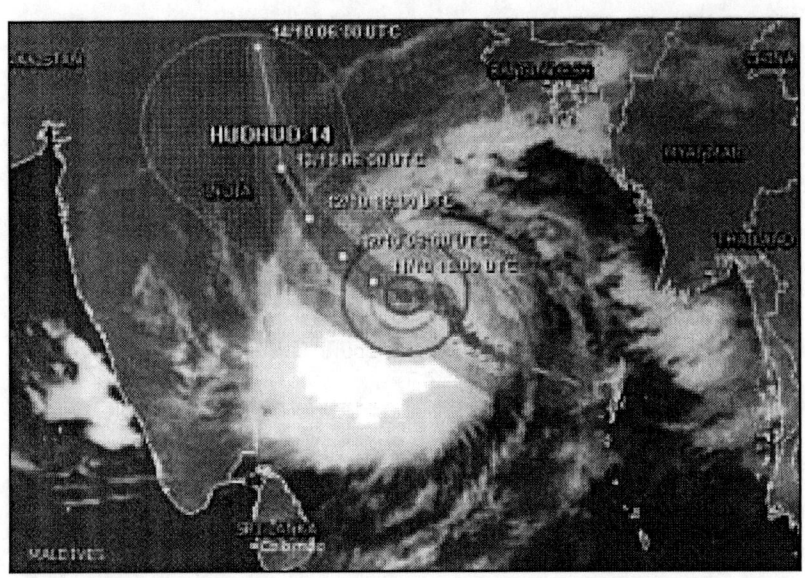

ஞாயிறு, அக்டோபர் 12, 2014 அன்று ஹூத் ஹூத் புயல் ஆந்திராவின் விசாகப்பட்டினம் அருகே கரையை கடந்தது என இந்திய வானிலை ஆய்வு மையம் அறிவித்துள்ளது. இதனால், ஆந்திர கடலோர மாவட்டங்களில் கனமழை பெய்தது.

இதுவரை புயலின் தாக்கத்தால் ஆந்திராவில் 26 பேர் பலியான தாகவும், 170 பேரைக் கானவில்லை எனவும் அறிவிக்கப்படுகின்றது. ஆந்திராவின் ஸ்ரீகாகுளம் மற்றும் விசாகப்பட்டினத்தில் மூவரும், ஒடிசா புரி மற்றும் கேந்தரப்பா மாவட்டங்களில் இருவரும் உயிரிழந்துள்ளனர்.

தாழ்ந்த காற்றழுத்தம் உருவானதன் காரணமாக அந்தமான் கடல் பகுதிக்கு மேலாக அக்டோபர் 6ஆம் தேதி தாக்கம் கொண்டது. இது படிப்படியாக உக்கிரமடைந்து அக்டோபர் 7ஆம் தேதி காற்றழுத்த மாக உருப்பெற்றது.

❖

29. 1970 போலா புயல்

1970 போலா புயல், 1970 ஆம் ஆண்டு நவம்பர் 12 அன்றைய கிழக்கு பாக்கிஸ்தான் பகுதிகள் (தற்போது பங்களாதேஷ்) மற்றும் இந்தியாவின் மேற்கு வங்கத்தைத் தாக்கிய பேரழிவுகரமான சூறாவளி ஆகும்.

போலா சூறாவளி 1970 வட இந்திய பெருங்கடல் சூறாவளி பருவத்தின் ஆறாவது சூறாவளி புயலாக உருவெடுத்தது. இப்பருவத்தின் வலுவான சூறாவளியாக இருந்தது.

நவம்பர் 8 ஆம் தேதி வங்கக் கடலின் மத்திய கடலோரப்பகுதியில் சூறாவளி உருவானது. இச்சூறாவளி வடக்கில் பயணித்து, பின் தீவிரமடைந்தது. இது நவம்பர் 11 ஆம் தேதி காற்றின் உச்சநிலை வேகத்தில் 185 கிமீ / மணி (115 மைல்) எனும் வேகத்தை அடைந்தது.

போலா சூறாவளி, இதுவரை பதிவு செய்யப்பட்ட மிகப்பெரிய வெப்ப மண்டல சூறாவளி மற்றும் மிக பயங்கரமான இயற்கை பேரழிவுகளில் ஒன்று. புயலில், 500,000 மக்கள் வரை உயிரிழந்தனர். முக்கியமாக கங்கை டெல்டா தீவுகளில் பெருக்கெடுத்த வெள்ளம், இப்புயல் காரணமாக ஏற்பட்டது. இப்புயலின் எழுச்சி பல கடல்

தீவுகளை பேரழிவிற்கு உட்படுத்தியது, கிராமங்களை முற்றிலுமாக துடைத்து, இப்பகுதி முழுவதும் பயிர்களை அழித்து விட்டது.

மிகவும் கடுமையாக பாதிக்கப்பட்ட மாவட்டத்தில், தசூமுதின் அதன் மக்கள் தொகையில் 45%க்கும் அதிகமானோரை புயல் மூலம் இழந்தது. பின் அன்றைய தினத்தில் மதிய நேரத்தில் போலா சூறாவளி வலுவிழந்து, கிழக்கு பாகிஸ்தானின் (இப்போது பங்களாதேஷ்) கரையோரத்தில் கரையைக் கடந்தது.

❖

30. பெய்ட்டி புயல்

பெய்ட்டி புயல் (PHETHAI Cyclonic Storm) (pronounced as Pay-ti) என்பது 2018 ஆம் ஆண்டின் வடகிழக்குப் பருவக்காற்றுக் காலத்தில் ஏற்பட்ட இரண்டாவது புயலாகும். தென்மேற்கு மற்றும் தென் கிழக்கு வங்கக்கடலில் நிலைகொண்டிருந்த காற்றழுத்தத் தாழ்வு மண்டலம், வடக்கு மற்றும் வடமேற்கு திசை நோக்கி நகர்ந்து, 15 திசம்பர் 2018 அன்று மாலை 5.30 மணியளவில், சென்னைக்கு தென் கிழக்கில் 590 கிலோமீட்டர் தொலைவிலும், ஆந்திரப்பிரதேசத்தின் மசூலிப்பட்டணத்திற்கு தெற்கு மற்றும் தென்கிழக்குத் திசையில் 770 கிலோமீட்டர் தொலைவிலும் மையம் கொண்டிருந்தது.

இந்த புயலுக்கான பெயரானது தாய்லாந்து நாடு முன்மொழிந்தவாறு சூட்டப்பட்டுள்ளது. அதன்படி இப்புயலுக்கு தாய்லாந்து மொழி யில் பெய்ட்டி (PAYTI) என பெயரிடப்பட்டது. அதை ஆங்கிலத்தில் எழுதும்போது பெதாய் (PHETHAI) என எழுதப்படுகிறது. என்றாலும் அதை பெய்ட்டி என்று உச்சரிப்பதே சரியானது என்று சென்னை வானிலை ஆய்வு மைய துணை இயக்குநர் எஸ்.பாலசந்திரன் விளக்க மளித்தார்.

டிசம்பர் 17 அன்று பிற்பகல் 12.30 மணியளவில் கிழக்கு கோதாவரி மாட்டத்தில், காக்கி நாடா அருகில் உள்ள தெற்கு ஏனாம் பகுதியில் இப்புயல் கரையை அடைந்தது. புயல் கரையைக் கடந்த நேரத்தில் மணிக்கு 80 கி.மீ முதல் 100 கி.மீ வேகத்தில் காற்று வீசியது. பின்னர் காக்கிநாடா - ஏனாம் இடையே மதியம் 3.50 மணிக்கு கரையை கடந்து, ஒடிசாவை நோக்கிச் சென்றது.

இந்தப் புயலால் கிழக்கு கோதாவரி, குண்டூர், கிருஷ்ணா, விஜயநகரம், விசாகப்பட்டினம் மற்றும் விஜயவாடாவில் கனமழை மற்றும் புயல் வீசியதால், இயல்பு வாழ்க்கை பெரிதும் பாதிக்கப் பட்டது. இப்புயல் காரணமாக ஆந்திராவில் 22 தொடர் வண்டிகள் இரத்து செய்யப்பட்டன.

புயல் சின்னம் காரணமாக ஆந்திராவின் கடலோர மாவட்டங்களில் இரண்டு நாட்கள் கனமழை பெய்தது. இதனால் விசாகப்பட்டினம், சிறீகாகுளம், விஜயநகரம், குண்டூர், கிருஷ்ணா, கிழக்கு, மேற்கு கோதாவரி மாவட்டங்களில் விவசாயப் பயிர்கள் நாசம் அடைந்தன. புயலால் ஆயிரக்கணக்கான மரங்கள் வேருடன் சாய்ந்தன. ஏராளமான மின் கம்பங்களும் சரிந்து விழுந்தன. 297 செல்பேசி கோபுரங்கள் நாசமடைந்தன. இதனால் கிருஷ்ணா மாவட்டத்தில் மட்டும் 12 ஆயிரம் ஹெக்டேர் பயிர்கள் நாசமடைந்ததாக கூறப்படு கிறது.

கடலோர ஆந்திர மாவட்டங்களில் ரூ. 450 கோடிக்கு பயிர்கள் நாசமடைந்துள்ளதாக முதற்கட்ட ஆய்வறிக்கை மூலம் தெரிய வந்துள்ளது. மேலும் விசாகப்பட்டினம், ஸ்ரீகாகுளம், கிழக்கு, மேற்கு கோதாவரி மாவட்டங்களில் சுவர் இடிந்து விழுந்த மற்றும் மரங்கள் சாய்ந்த நிகழ்வுகளால் 23 பேர் பலியானதாக தெரிய வந்துள்ளது. காக்கிநடாவிலிருந்து விசாகப்பட்டினம் கடற்பகுதிக்கு மீன் பிடிக்கச் சென்ற 28 மீனவர்களை காணவில்லை எனப்படுகிறது.

31. குலாப் புயல்

குலாப் புயல், 26 செப்டம்பர் 2021 அன்று வங்காள விரிகுடாவில் உருவான குறைந்த காற்றழுத்த தாழ்வு பகுதி, தீவிர காற்றழுத்த தாழ்வு மண்டலமாக வலுப்பெற்று புயலாக மாறியது. இந்த புயலுக்கு குலாப் எனப்பெயர் சூட்டப்பட்டுள்ளது.

வழக்கமாக வங்கக்கடல், அரபிக்கடலில் உருவாகும் வெப்ப மண்டல புயல்களுக்கு அதனை சுற்றியுள்ள 13 நாடுகள் பெயர் சூட்டுவது வழக்கம். அந்தவகையில் தற்போது உருவாகியிருக்கும் இந்த புயலுக்கு பாகிஸ்தான் பெயர் சூட்டியது குறிப்பிடத்தக்கது.

குலாப் புயல் மேற்கு திசையில் நகர்ந்து, 26 செப்டம்பர் 2021 (ஞாயிற்றுக்கிழமை) மாலை வடக்கு ஆந்திரா-தெற்கு ஒடிசா கடற்கரையை ஒட்டிய விசாகப்பட்டினம்-கோபால்பூர் இடையே கரையைக் கடக்கக்கூடும் என்று இந்திய வானிலை ஆய்வு மையம் எச்சரிக்கை விடுத்தது. இதனையடுத்து இரு மாநில கடலோரப் பகுதிகளில் முன்னெச்சரிக்கை நடவடிக்கைகள் முழு வீச்சில் மேற் கொள்ளப்பட்டன.

ஆந்திரா முதல்வர் ஜெகன் மோகன் ரெட்டியுடன் ஒடிஷா முதல்வர் நவீன்பட்நாயக் வீடியோ கான்பரன்ஸ் மூலம் முன்னெச்சரிக்கை நடவடிக்கைகள் குறித்து விவாதித்தனர். குலாப் புயலை எதிர்கொள்ள அனைத்து உதவிகளையும் செய்வதாக மத்திய அரசும் உறுதி அளித்திருந்தது.

ஆந்திராவின் கலிங்கப்பட்டினத்திலிருந்து 25 கிலோ மீட்டர் தொலைவில் வங்காள விரிகுடாவில் மையம் கொண்டிருந்தது குலாப் புயல். பின் இப்புயல் வடக்கு திசையில் நகர்ந்து வடக்கு ஆந்திராவின் கலிங்கப்பட்டினம் மற்றும் தெற்கு ஒடிசாவின் கோபால்பூர் இடையே கரையைக் கடந்தது. அப்போது மணிக்கு 90 கிமீ வேகத்தில் பலத்த காற்று வீசியது. குலாப் புயல் கரையை கடந்த நிலையில் வடக்கு ஆந்திரா, தெற்கு ஒடிசாவில் கனமழை கொட்டியது.

புயல் கரையை கடந்தபோது ஆந்திரா மற்றும் ஒடிசா மாநிலங் களிலும் கனமழை கொட்டியது. பின் குலாப் புயலானது வலுவிழந்து ஆழ்ந்தத் தாழ்வுநிலையாக வடக்கு ஆந்திரா கடற் பரப்பில் நிலை கொண்டது.

❖

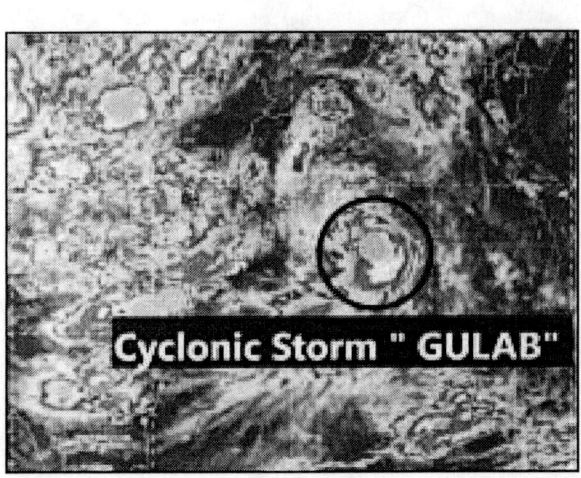

32. நிசர்கா புயல்

நிசர்கா புயல் (Cyclone Nisarga) என்பது அரபிக் கடலில் உருவாகிய ஒரு புயல் ஆகும். இது இந்திய மாநிலமான மகா ராஷ்டிரம் மற்றும் குஜராத் ஆகிய மாநிலத்தை தாக்கிய சக்தி வாய்ந்த வெப்பமண்டல புயல் ஆகும். தென்கிழக்கு, மத்திய கிழக்கு அரபிக்கடல் மற்றும் இலட்சத்தீவு பகுதிகளில் உருவாகி காற்றழுத்த தாழ்வுப் பகுதி, காற்றழுத்த தாழ்வு மண்டலமாக மாறி, புயலாக வலுப்பெற்றது. ஜூன் 2, 2020 அன்று, நிசர்காவை புயலிலிருந்து, கடுமையான புயலாக இந்திய வானிலை ஆய்வுத் துறை (ஐஎம்டி) மறுபரிசீலனை செய்தது. அதே நேரத்தில் மகாராஷ்டிரா கடற்கரை பகுதியில் நிலச்சரிவையும் ஏற்படுத்தியது.

21 ஆம் நூற்றாண்டில் வங்காள விரிகுடாவில் ஏற்பட்ட முதல் சக்தி வாய்ந்த புயலான ஆம்பன் புயலுக்குப் பிறகு, இரண்டு வார காலப் பகுதியில் இந்திய துணைக் கண்டத்தைத் தாக்க இருக்கும், 2020 வட இந்தியப் பெருங்கடல் புயல் பருவத்தின், இரண்டாவது வெப்ப மண்டல புயல் நிசர்கா ஆகும். 1891க்குப் பிறகு மும்பை நகரத்தை தாக்கிய, முதல் கடுமையான புயல் நிசர்கா ஆகும்.

31 மே 2020 ஆம் ஆண்டில், தென்கிழக்கு அரபிக் கடலில் குறைந்த காற்றழுத்த தாழ்வுப் பகுதியாக உருவானது. ஜூன் 1 ஆம் தேதி அதிகாலையில் கிழக்கு-மத்திய மற்றும் தென்கிழக்கு அரபிக் கடலில் காற்றழுத்த தாழ்வுப் பகுதி, காற்றழுத்த தாழ்வு மண்டலமாக மாறி, புயலாக வலுப்பெற்றது. இது கோவாவிலிருந்து தென்மேற்கில் 340 கி.மீ தொலைவிலும், மும்பையிலிருந்து 630 கி.மீ தென்மேற்கிலும், குஜராத்திலிருந்து 850 கி.மீ தென்மேற்கிலும் மையம் கொண்டிருந்தது.

ஜூன் 2 அன்று, நண்பகலில், இப்புயல் மேலும் தீவிரமடைந்து அதன் மூலம் நிசர்கா என்ற பெயரைப் பெற்றது. அன்று இரவு இந்த புயல் மேலும், தீவிரமடையும் என்று எதிர்பார்க்கப்பட்டது. கடந்த 100 ஆண்டுகளில் இல்லாத அளவுக்கு நிசர்கா புயல் மும்பையை தாக்கும் எனவும் மகாராஷ்டிரா - குஜராத் இடையே நிசர்கா புயல் கரையை கடக்கும் சமயத்தில், மும்பையில் சூறைக்காற்றுடன் கனமழை பெய்யும் என வானிலை ஆய்வு மையம் எச்சரித்தது. அப்போது 100 கிலோ மீட்டர் அல்லது அதற்கு அதிகமான வேகத்தில் காற்று வீசக்கூடும் எனவும் சொல்லப்பட்டது.

மகாராஷ்டிரா மற்றும் குஜராத் கடற்கரைகளில் பாதிக்கப்படும் என்று எதிர்பார்க்கப்படும் பகுதிகளில் 30க்கும் மேற்பட்ட தேசிய பேரிடர் மீட்பு படையினர் நிறுத்தப்பட்டனர். மும்பை பெருநகர பகுதியில் உள்ள குடிசைவாசிகள், குறிப்பாக தாழ்வான பகுதிகளில் உள்ளவர்கள் வெளியேறுமாறு கேட்டுக் கொள்ளப்பட்டனர்.

குஜராத்தின் வல்சாத் மற்றும் நவ்சாரி மாவட்டங்களில் உள்ள 47 கடலோர கிராமங்களைச் சேர்ந்த சுமார் 20,000 பேர் வெளியேற்றப்பட்டனர்.

மீனவர்கள் கடலுக்கு செல்ல வேண்டாம் என எச்சரிக்கப்பட்டனர்.

புயல் கரையை கடக்கும் நேரத்தில் மக்கள் வீடுகளை விட்டு வெளியே வர வேண்டாம் என்று மகாராஷ்டிர முதல்வர் உத்தவ் தாக்கரே மாநில மக்களை கேட்டுக் கொண்டார்.

புயல் பாதிப்பை எதிர்கொள்ள தேவையான உதவிகள் செய்து தரப்படும் என பாரதப் பிரதமர் நரேந்திர மோதி தெரிவித்தார்

இப்புயல் ஜூன் 03, 2020 அன்று பிற்பகலில், வடக்கு மகாராட்டிரா வின், அலிபாக் பகுதிக்கு அருகே கரையைக் கடக்கத் தொடங்கியது. அப்போது மணிக்கு 115 கி.மீ. வேகத்தில் வீசியக் காற்றால் மரங்கள், மின்கம்பங்கள் சாய்ந்தன.

இந்தியாவின் மேற்கு கடற்கரை பகுதியில், பலத்த மழை பெய்தது மற்றும் வெள்ளமும் ஏற்பட்டது. இந்த புயலால் பாதிக்கப்பட்டு, மகாராட்டிரா மாநிலத்தில், புனேவை சேர்ந்த மூன்று பேர்கள் உட்பட மொத்தம் ஆறு பேர் இறந்தனர். இப்புயலால் ஏற்பட்ட சேதம் ரூ.50 பில்லியன் (அமெரிக்க $664 மில்லியன்) என மதிப்பிடப் பட்டது.

❖

33. ஆம்பன் புயல்

ஆம்பன் புயல் ஆம்பன் அல்லது உம்பன் என்பது வங்கக் கடலில் உருவாகிய மிகவும் சக்திவாய்ந்த புயல் ஆகும். இது 2020ஆம் ஆண்டு வட இந்திய பெருங்கடலில் உருவாகிய மிகப் பெரிய முதல் வெப்பமண்டல புயலாகும். தமிழ் மொழியில், இதன் உச்சரிப்பு உம்பன் என்று அழைக்கப்படுகிறது. வங்கக் கடலில் உருவான இந்த புயல் வடகிழக்கு திசையில் நகர்ந்து வந்தபோது, 5 மாநிலங்களில் கனமழை எச்சரிக்கை விடுக்கப்பட்டது. இந்த புயல் வடக்கு மற்றும் வடகிழக்கு நோக்கி மேலும் நகர்ந்து, 20 மே 2020 அன்று, மதியம் அல்லது மாலையில் மேற்கு வங்காளத்தின் சாகர் தீவுகள் மற்றும் வங்காளதேசத்தின் ஹதியா தீவுகள் இடையே கடந்து செல்லும் என கணிக்கப்பட்டது.

1999 ஒடிசா புயலுக்கு பின்னர், வங்காள விரிகுடாவில் ஏற்பட்ட முதல் சக்திவாய்ந்த புயல் இதுவாகும். கடல் கொந்தளிப்புடன் இருக்கும் என்பதால், மே 21 வரை மீனவர்கள் யாரும், மீன் பிடிக்க செல்ல வேண்டாம் என்று இந்திய வானிலை மைய இயக்குநர் கூறினார்.

மே 13 ஆம் தேதி, இந்தியாவின், ஆந்திர மாநிலம், விசாகப் பட்டினத்தின் தென்கிழக்கு பகுதியில், 1020 கி.மீ (635 மைல்) தொலைவில், குறைந்த காற்றழுத்த தாழ்வு பகுதி, தாழ்வு மண்டல மாக வலுப்பெற்று, புயலாக உருவானது. இந்த புயலுக்கு ஆம்பன் என பெயரிடப்பட்டது. அதி உச்ச உயர் தீவிர புயலாக மாறிய இந்த ஆம்பன் புயல், 19 மே, 2020 அன்று சென்னைக்கு கிழக்கே சுமார் 650 கி.மீ. தொலைவில் மையம் கொண்டிருந்தது. ஆம்பன் புயல், வடகிழக்கு திசை நோக்கி நகர்ந்து அடுத்த 12 மணி நேரத்திற்குள் மிகவும் சக்திவாய்ந்த புயலாக மாறும் எனவும், அப்போது, மணிக்கு 180 கி.மீ. வேகத்தில் சூறாவளி காற்று வீசும் எனவும் தெரிவிக்கப் பட்டது.

மேலும், மே 20 ஆம் தேதி மேற்கு வங்காளம் மற்றும் வங்காளதேசம் இடையே கரையை கடக்கும் எனவும் எதிர்பார்க்கப்பட்டது. இதன் காரணமாக ஒடிசா, மேற்கு வங்காளம், சிக்கிம், அசாம், மேகாலயா வில் மே 21 ஆம் தேதி வரை கனமழை பெய்ய வாய்ப்பு உள்ளதாக வும், குறிப்பாக ஒடிசா மாநிலத்தில் அதிக சேதம் ஏற்பட வாய்ப் புள்ளதாகவும் வானிலை ஆய்வு மையம் எச்சரிக்கை விடுத்தது.

மே 19 காலை 8:30 மணி நிலவரப்படி, ஆம்பன் புயல் $16.0\,^{\circ}$ N $86.8\,^{\circ}$ E இன் 20 கடல் மைல்களுக்குள் அமைந்துள்ளது. ஒடிசாவின் பரதீப் பிற்கு தெற்கே சுமார் 281 கடல் மைல்களுக்கும் (323 மைல்; 520 கி.மீ), திகாவின் தென்மேற்கே 362 கடல் மைல்களுக்கும் (416 மைல்; 670 கி.மீ), மேற்கு வங்கத்தின் தென்மேற்கே மற்றும் வங்காள தேசத்தின் கெபுபராவுக்கு தென்மேற்கே 432 கடல் மைல்களுக்கு (497 மைல்; 800 கி.மீ) அப்பால், இந்த புயல் மையம் கொண்டிருந்தது.

ஆம்பன் புயலால் ஏற்படக்கூடும் நிலைமையை சமாளிக்க, தொடர்புடைய மாநிலங்கள் மற்றும் மத்திய அமைச்சகங்கள்/ முகமைகள் ஆகியவற்றின் தயார் நிலையை, பிரதமர் நரேந்திர மோதி ஆய்வு செய்தார். இந்திய அரசின் மூத்த அதிகாரிகள், இந்திய வானிலைத் துறை, தேசியப் பேரிடர் மேலாண்மை ஆணையம் மற்றும் தேசியப் பேரிடர் நிவாரணப் படையின் அதிகாரிகளோடு மத்திய உள்துறை அமைச்சரான அமித்ஷாவும் இந்த கூட்டத்தில்

பங்கேற்றார். புயலின் வழியில் உள்ள பகுதிகளில் வசிக்கும் மக்களை முழுவதுமாக பாதுகாப்பான இடங்களுக்கு வெளியேற்றத் தேவையான அனைத்து நடவடிக்கைகளையும் எடுக்குமாறும், அத்தியாவசியப் பொருள்களின் விநியோகத்தை தேவையான அளவில் பராமரிக்குமாறும் பிரதமர் அறிவுறுத்தினார்.

மின்சாரம், தொலைத்தொடர்பு ஆகிய அத்தியாவசிய சேவைகளுக்கு பாதிப்பு ஏற்பட்டால், அதை சரி செய்யத் தேவையான முன்னேற்பாடுகளை செய்யுமாறும், அவற்றின் தயார் நிலையை சரியான நேரத்தில் ஆய்வு செய்து பாதிப்பு ஏற்படும் பட்சத்தில் சேவைகளை விரைவில் தொடர அனைத்து நடவடிக்கைகளை எடுக்குமாறும் தொடர்புடைய அனைவரும் அறிவுறுத்தப்பட்டனர்.

நிவாரண மற்றும் மீட்பு நடவடிக்கைகளுக்காக இந்தியக் கடலோரக் காவல் படையும், கடற்படையும், கப்பல்களையும், உலங்கு வானூர்திகளையும் தயார்படுத்தின. இந்த மாநிலங்களில் உள்ள இராணுவம் மற்றும் விமானப் படை அலகுகளும் தயார் நிலையில் வைக்கப்பட்டன.

ஒடிசாவுக்கும், மேற்கு வங்காளத்திற்கும் 25 குழுக்களை தேசியப் பேரிடர் நிவாரணப் படையை அனுப்பியது. கூடுதலாக 12 குழுக்கள் தயார் நிலையில் உள்ளன. படகுகள், மரம் வெட்டும் கருவிகள், தொலைத் தொடர்பு கருவிகள் உள்ளிட்ட தேவைப்படும் பொருள்கள் இந்தக் குழுக்களுக்குத் தரப்பட்டன.

தொடர்புடைய அனைத்து மாநிலங்களுக்கும் தொடர் அறிக்கைகளை சமீபத்திய முன்னறிவுப்புகளோடு இந்திய வானிலை ஆய்வுத் துறை வழங்கி வருகிறது. மாநில அரசோடு, மத்திய உள்துறை அமைச்சகமும் தொடர்ந்து தொடர்பில் இருந்தது.

மே 20, 2020 அன்று பிற்பகல் முதல் புயல் கரையைக் கடக்கத் தொடங்கியது. புயல் பிற்பகல் 2.30 மணிக்கு கரையைக் கடக்க தொடங்கிய நிலையில் கரையை கடந்து முடிக்க 4 மணி நேரத்திற்கும் அதிகமானது. மேற்குவங்கத்தின் கடல் பகுதி மட்டுமின்றி, வங்கதேசத்தின் கடல் பகுதி வழியாகவும் ஆம்பன் புயல் கரையை

கடந்தது. மேற்கு வங்கத்தில் புயல் கரையை கடந்த பகுதி சுந்தரவனக் காடுகள் அதிகம் கொண்ட பகுதியாகும். ஆம்பன் புயல் கரையை கடந்தபோது, கொல்கத்தாவில் கடும் புயல் காற்று வீசியது. மேற்கு வங்கக் கடலோரத்தில் 5 மீட்டர் உயரத்திற்கு கடல் அலைகள் எழுப்பின.

காற்றின் வேகம் மணிக்கு 155-165 கிலோ மீட்டராக இருந்தது. வேகம் படிப்படியாக அதிகரித்து மணிக்கு 185 கிலோ மீட்டராக உயர்ந்தது. கூக்ளி, கொல்கத்தா, ஹவுரா ஆகிய பகுதிகளிலும் பலத்த காற்று வீசியது. புயல் கரையை கடந்தபகுதியில் பலத்த சேதமும், பலத்த மழையும் பெய்தது. பல இடங்களில் மின்சாரம் தடைப்பட்டது.

ஆம்பன் புயல் வலுப்பெற்றதால், இலங்கையில் பலத்த மழை மற்றும் காற்று வீசியது. மே 16 அன்று காலையில் 24 மணி நேரத்தில், மொத்தம் மழைப்பொழிவு 214 மிமீ (8.4 அங்குலம்) பதிவாகியது. கடுமையான மழையால் வெள்ளம் மற்றும் நிலச்சரிவு காரணமாக இரண்டு பேர் பலியாயினர், மேலும் ஐந்து பேர் காயமடைந்தனர். 500க்கும் மேற்பட்ட வீடுகள், பொலன்னறுவையில் 145 வீடுகள் உட்பட பலத்த காற்றால் சேதமடைந்தன.

தமிழ்நாட்டில் பல மாவட்டங்களில் பலத்த மழை பெய்தது. இராமநாதபுரம் மாவட்டத்தில் புயல் காற்று வீசியதால் சுமார் 100 மீன்பிடி படகுகள் சேதமடைந்தன.

புதுச்சேரியை ஒட்டியுள்ள பொம்மையார்பாளையத்தில் கடற்கரை யோரம் இருந்த 2 வீடுகள் சேதமடைந்தன. ஆம்பன் புயல் எதிரொளியால் கடல் சீற்றமாகவும், வழக்கத்துக்கு மாறாக பல மீட்டர் உயரத்துக்கு அலைகள் எழும்பின. கடல் சீற்றம் காரணமாக மீனவர்கள் யாரும் மீன்பிடிக்கச் செல்லாததால் படகுகள் கரையி லேயே நிறுத்தப்பட்டிருந்தன.

❖

34. தானே புயல்

தானே புயல் என்பது 2011 ஆண்டில் வங்கக் கடலில் உருவான இரண்டாவதும், முதலாவது அதி தீவிரப் புயலும் ஆகும். இது கடலின் கிழக்கு மற்றும் தென்கிழக்கே மையம் கொண்டிருந்தது. வங்கக் கடலில் தென் கிழக்குத் திசையில் 2011 திசம்பர் 25 ஆம் தேதி குறைந்த காற்றழுத்த தாழ்வு நிலை உருவானது. அது மெல்ல மெல்ல வலுவடைந்து 2011 டிசம்பர் 27ம் தேதி புயலாக மாறியது. இந்த புயலுக்கு 'தானே' என்று பெயரிடப்பட்டது.

68.819 கடல் மைல் தூரத்தில் மையம் கொண்டிருந்த, தானே புயல், 2011 திசம்பர் 30 இல் சென்னை-நாகை இடையே புதுச்சேரி அருகில் கரையைக் கடக்கும் என்று எதிர்பார்க்கப்பட்டது. அப்போது தமிழக கடலோரத்தில் பலத்த காற்றுடன் கனமழை பெய்யும் என்று சென்னை வானிலை ஆய்வு மையம் தெரிவித்தது. காற்றின் வேகம் அதிகபட்சமாக 90 முதல் 135 கிமீ வேகமாக கணக்கிடப்பட்டது. அதனால் அது கடுமையான புயல் என்று அளவிடப்பட்டது. 30 ஆம் தேதி வலிமை குறைந்து காற்றின் வேகம் 90 முதல் 110 கிமீ வேகம் இருக்குமென அறிவிக்கப்பட்டது.

புதுச்சேரிக்கும் கடலூருக்கும் இடையே டிசம்பர் 30, 2011 அன்று காலை 6.30 முதல் 7.30 மணிக்கு இடையே கரையைக் கடந்தது புயல் நாகையைத் தாக்கக் கூடும் என்று எதிர்பார்க்கப்படுவதால், அங்கு முன்னெச்சரிக்கை நடவடிக்கைகள் முடுக்கிவிடப் பட்டன.

பொதுப்பணித்துறை, தீயணைப்புத்துறை காவல்துறை தயார் நிலையில் வைக்கப்பட்டது. மீட்புக் குழுக்கள் ஆயத்த நிலையில் வைக்கப்பட்டன. தற்காலிக முகாம்களும் தயார் நிலையில் வைக்கப்பட்டன.

புதுச்சேரிக்கும் கடலூருக்கும் இடையே டிசம்பர் 30, 2011 அன்று காலை 6.30 மணியளவில் கரையைக் கடந்தது. அப்போது மணிக்கு 125 கி.மீ வேகத்தில் பலத்த காற்று வீசியது. இதனால், புதுச்சேரியில் பலத்த சேதம் ஏற்பட்டது. மேலும் கடலூர் பகுதியிலும் பலத்த சேதம் ஏற்பட்டது. புயல் கரையைக் கடந்த போதிலும், பலத்த மழை நீடிக்கும் என்று வானிலை ஆய்வு மையம் தெரிவித்தது.

புயல் காரணமாக தமிழகத்தில் பாதிப்பு ஏற்பட்ட பகுதிகளில் உடனடி நிவாரணப் பணிகள் மேற்கொள்ளவும் அடிப்படை கட்டமைப்பு வசதிகளை சீரமைக்கவும் 150 கோடி ரூபாயை உடனடியாக விடுவிக்க முதல்வர் ஜெயலலிதா உத்தரவிட்டார்.

புயல் காரணமாக கடலூர் மாவட்டத்தில் 39 பேரும், புதுச்சேரியில் ஏழு பேரும், சென்னையில் இரண்டு பேரும் என உயிரிழப்புகள் ஏற்பட்டன.

அரபிக்கடல் மற்றும் வங்கக்கடல் பகுதிகளில் உருவாகும் புயல் களுக்கு இந்தியா, பாகிஸ்தான், இலங்கை, வங்கதேசம், மியான்மர், ஓமன், மலேசியா ஆகிய நாடுகள் இணைந்து ஜெனிவாவில் உள்ள உலக வானிலை மையத்தில் பெயர்களை வழங்குவது வழக்கம். கடைசியாக பாகிஸ்தான் வழங்கிய நீலம் என்ற பெயர் பயன் படுத்தப்பட்டது. அடுத்ததாக வீசப் போகும் புயலுக்கு மகேசன் என்று பெயரிடப்படவிருப்பதாக சென்னை வானிலை ஆய்வு மைய இயக்குநர் 2013 ஏப்ரல் 29 ஆம் தேதி அறிவித்தார்.

❖

35. மாண்டோசு புயல்

மாண்டோசு புயல் (Cyclone Mandous) என்பது 2022ஆம் ஆண்டு டிசம்பர் மாதத்தில் உருவான காற்றழுத்த தாழ்வு மண்டலமாகும். இது வடஇந்தியப் பெருங்கடல் பகுதியில் உருவான வெப்ப மண்டல சூறாவளி ஆகும்.

இந்திய வானிலை ஆய்வு மையம் வங்காள விரிகுடாவில் உருவான வெப்பமண்டல காற்றழுத்த தாழ்வு மண்டலத்திற்கு வங்காள விரி குடாவினை குறிக்கும் வகையில் பிஓபி 09 (BOB 09) எனப் பெயரிடப் பட்டது.

ஒருங்கிணைந்த சூறாவளி எச்சரிக்கை மையம், இந்த சூறாவளி குறித்த அறிக்கையினை வெளியிட்டது. இது மிகவும் வெதுவெதுப் பான நீர் மற்றும் குறைந்த மிதமான காற்று காரணமாக மேலும் தீவிரமடையக்கூடும் என்று கூறியது. இந்நிகழ்விற்கு முதலீடு 96B என்று குறிப்பிட்டது.

ஒரு நாள் கழித்து, ஒருங்கிணைந்த சூறாவளி எச்சரிக்கை மையம் மற்றும் இந்திய வானிலை ஆய்வு மையமும் இந்த குறைந்த

அழுத்தத்தை 'சூறாவளி புயல்' என்று வகைப்படுத்தியது. இதற்கு மாண்டோசு என்று பெயரிடப்பட்டது.

தொடர்ந்து கண்காணிக்கப்பட்டு வந்த நிலையில், மாண்டோசு மேற்கு நோக்கி நகர்ந்து, 65 மைல் வேகத்தில் காற்றின் வேகத்தை அடைந்து, கடுமையான சூறாவளி புயலாக வலுப்பெற்றது.

இந்தப் புயலை முன்னிட்டு தமிழ்நாட்டில் 16 மாவட்டங்களிலும், புதுச்சேரி, காரைக்காலில் கல்லூரிகள், பள்ளிகளுக்கு டிசம்பர் 8 மற்றும் 9 ஆகிய தேதிகளில் விடுமுறை விடப்பட்டிருந்தது.

❖

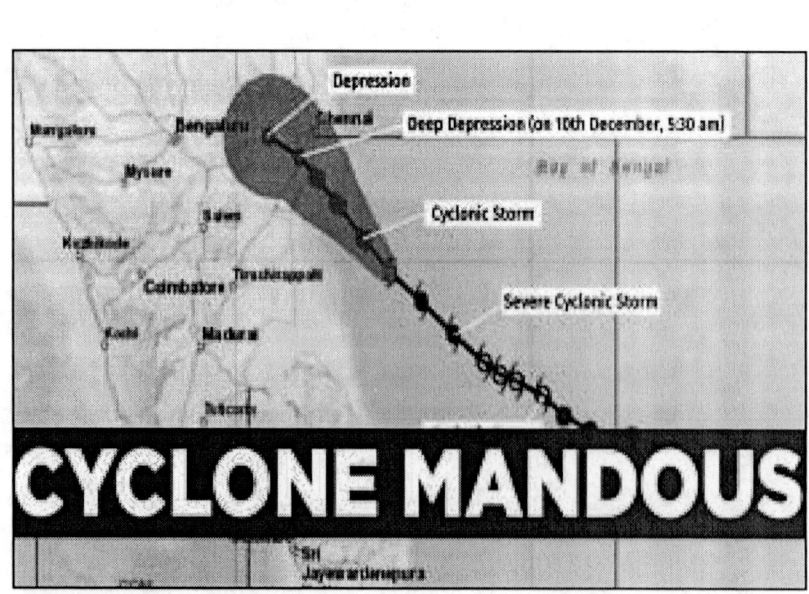

36. ரோனு புயல்

ரோனு புயல் வங்காள விரிகுடாவில் செயற்பாட்டில் உள்ள வெப்ப மண்டலச் சூறாவளி ஆகும். இது இந்தியாவின் கிழக்குக் கடற்கரை மற்றும் இலங்கை கடற்கரையில் பாதிப்பை ஏற்படுத்தி யுள்ளது. 2016 ஆம் ஆண்டின் சூறாவளிப் பருவத்தின் முதல் புயலாக இது உள்ளது. ரோனு இலங்கையின் தென்பகுதியில் குறைந்த காற்றமுத்த தாழ்வுப் பகுதியாகத் தொடங்கியது.

வடக்கு நோக்கி நகர்ந்து இது மே 19-இல் புயலாக மாறியது; தரைப் பகுதியைக் கடந்ததால் இது வலுவிழந்தது. ஆனால் மீண்டும் வலிவுற்று வங்காளதேச கடற்கரையை நோக்கி நகர்ந்து வருகின்றது.

ரோனு புயலால் இலங்கையில் குறைந்தது 71 பேர் உயிரிழந் துள்ளனர்; வங்காளதேசத்தில் 19 பேர் உயிரிழந்துள்ளனர். ரோனு புயலால் இந்தியாவின் தமிழ்நாடு, ஆந்திரப் பிரதேசம், ஒடிசா மாநிலங்களில் கனமழை பெய்துள்ளது. இது கடற்கரை யோரமாகவே வடகிழக்கு திசையில் நகர்ந்து வருகின்றது; வங்காள தேசத்தின் கடற்கரையில் நிலப்பகுதியை அடையும் என எதிர் பார்க்கப்படுகின்றது.

குறைந்த காற்றழுத்தப் பகுதி உருவானவுடனேயே இலங்கையின் வானிலை மையம் மே 13 அன்று எச்சரிக்கை வெளியிட்டது. மீனவர்கள் பாதுகாப்பாக இருக்கும்படி அறிவுறுத்தப்பட்டனர். பின்னர், தேசிய கட்டிட ஆராய்ச்சி அமைப்பு (NBRO) பதுளை, மொனராகலை, கண்டி, இரத்தினபுரி, குருணாகல், நுவரெலியா, கேகாலை, மாத்தளை மாவட்டங்களில் நிலச்சரிவுகள் ஏற்படலாம் என எச்சரிக்கை விடுத்தது.

அரசுத்தலைவர் மைத்திரிபால சிறிசேன உள்ளாட்சி அதிகாரிகளுக்கு உடனடி நிவாரண நடவடிக்கைகளை எடுக்க ஆணையிட்டார். பேரிடர் மேலாண்மை அமைச்சர், படைத்துறைச் செயலர், முப்படைகளின் தளபதிகள் மற்றும் காவல்துறை தலைமை ஆய்வாளர் ஆகியோருக்கு தகுந்த நடவடிக்கைகள் எடுக்க ஆணைகள் பிறப்பிக்கப்பட்டன.

இலங்கையின் பேரிடர் மேலாண்மை மையம் (DMC) மே 16 அன்று வெள்ள எச்சரிக்கை வெளியிட்டனர்; களனி கங்கையும் மகா ஓயாவும் கனமழையால் வெள்ளப் பெருக்கெடுத்தன. புயல் தாக்கத்தால் இலங்கையில் பெருமழை பெய்தது. இதனால் விளைந்த வெள்ளத்திலும் நிலச்சரிவுகளிலும் 37 பேர் உயிரிழந்தனர். தவிரவும் புயலால் 134,000 மக்கள் வீடிழந்தனர். மே 21 வரை உயிரிழந்தோர் எண்ணிக்கை 71ஆக உயர்ந்துள்ளது; குறைந்தது 127 பேர் காணாமல் போயுள்ளனர்.

இலங்கையின் பேரிடர் மேலாண்மை மையம் 2010க்குப் பிறகு மிகக் கூடுதலான மழையை நாடு பெற்றுள்ளதாக அறிவித்தது. நிலச்சரிவு களால் கேகாலை மாவட்டத்தில் மூன்று சிற்றூர்கள் புதைபட்டன.

❖

37. 1999 ஒடிசா புயல்

1999 ஒடிசா புயல் (இந்திய வானிலை ஆய்வுத்துறை இட்ட பெயர் BOB 06) என்பது வட இந்திய பெருங்கடலில் உருவாகிய மிகப் பெரிய வெப்பமண்டல புயலாகும். இது இப்பகுதியைத் தாக்கிய மிகவும் அழிவுகரமான புயலாக இருந்தது.

1999 ஒடிசா புயல் 25 அக்டோபர் அன்று அந்தமான் கடலில், புயலாக உருவாகியது. பின் மேற்கு-வட மேற்கு நோக்கி நகரத் துவங்கியப் புயல் தொடர்ந்து வலு அடைந்துக் கொண்டே இருந்தது. பின் 28 அக்டோபர் அன்று சாதகமான சூழலில் மிகவும் தீவிரம் அடைந்து அதி தீவிரப் புயலாக உருமாறியது.

அடுத்த நாளில் 260 கி.மீ/ம (160 மைல்/ம) வேகத்தில் காற்று வீசியது மற்றும் 912 பார் என குறைந்த அழுத்தம் பதிவானது. இப்புயல் ஒடிசாவில் அக்டோபர் 29 தேதி கரையைக் கடக்கத்தொடங்கியது. தொடர்ச்சியான நில பரவல் மற்றும் வறண்ட காற்று காரணமாக புயல் பலவீனம் ஆனது. புயல் நவம்பர் 4 இல் வங்காள விரிகுடாவில் மறைந்தது.

மியான்மரில், 10 மக்கள் புயலில் கொல்லப்பட்டனர் மற்றும் 20,000 குடும்பங்கள் இடம்பெயர்ந்தன.

பங்களாதேஷின் தெற்கே கடந்து, 1999 ஒடிசா புயலின் வடக்குப் பகுதி நாடெங்கும் வீசியடித்தது. இப்புயலின் காரணமாக பங்களாதேஷில் இரண்டு பேர் இறந்தனர்.

ஒடிசா மாநிலத்தைத் தாக்கிய இப்புயல், 20ஆம் நூற்றாண்டில் ஒடிசாவைத் தாக்கிய மிக கடுமையானப் புயலாகும்.

ஒடிசாவின் பன்னிரெண்டு மாவட்டங்களில் அதிகமான பாதிப்புகள் ஏற்பட்டன. இம்மாவட்டங்களில் அத்தியாவசிய சேவைகள் முற்றிலும் பாதிக்கப்பட்டது. இவற்றில், ஜகத்சிங்பூரில் உள்ள இராஸ்மா மற்றும் குஜாங்க் ஊராட்சிகள் மிக மோசமாக பாதிக்கப் பட்டன.

புயல் காரணமாக மொத்தம், 12.9 மில்லியன் மக்கள் பாதிக்கப் பட்டுள்ளனர்; புயல் இறப்பு எண்ணிக்கை கணிசமாக மாறுபட்டன. இந்திய வானிலை ஆய்வுத் துறையின் படி சுமார் 9,887 பேர் இப்புயலில் கொல்லப்பட்டனர். மேலும் 40 பேர் காணாமல் போனவர்கள் மற்றும் 2,507 பேர் காயமடைந்தனர். இந்த மரணங்கள் பெரும் பாலானவை ஜகத்சிங்பூரில் நிகழ்ந்தன. இந்த மாவட்டத்தில் மட்டும் 8,119 பேர் கொல்லப்பட்டனர்.

EM-DAT பேரழிவு தரவுத்தளம் புயலில் 10,915 மக்கள் கொல்லப் பட்டனர் என்று குறிப்பிடுகிறது. இருப்பினும், மற்ற மதிப்பீடுகள் இறப்பு எண்ணிக்கை 30,000 ஆக உயர்ந்திருக்கக்கூடும் என்று தெரி வித்தது. புயலின் விளைவுகள் 14,643 கிராமங்கள் மற்றும் 97 ஊராட்சி ஒன்றியங்களில் உள்ள 1.6 மில்லியன் வீடுகள் சேத மடைந்தன. இப்புயலில் மட்டும் 2.5 மில்லியன் மக்கள் சிக்கிக் கொண்டு இருந்தனர்.மொத்தமாக இந்த புயலினால் ஏற்பட்ட சேதத்தின் மதிப்பு 4.4444 பில்லியன் அமெரிக்க டாலர் என மதிப் பிட்டுள்ளனர்.

❖

38. உயிரியல் போர்முறை

உயிரியல் போர்முறை, உயிரிப்போர் அல்லது கிருமி போர் முறை என்ற போர்முறையானது உயிரியல் கொல்லிகள் அல்லது தொற்றும் காரணிகளான பாக்டீரியா, வைரஸ் அல்லது பூஞ்சை களைப் பயன்படுத்தி மனிதர்களையோ, விலங்குகளையோ அல்லது தாவரங்களையோ கொல்லும் நோக்கதோடு அல்லது செயல்படாத வாறு செய்யும்படி தாக்குவது ஆகும். உயிரியல் ஆயுதங்கள் என்பது ஓம்புயிருக்குள் சென்றவுடன் அதிவிரைவாக இனப்பெருக்கம் செய்து வளர்ச்சியடையும் ஒரு உயிரினம் அல்லது தானே பெருக்கிக் கொள்ளும் திறம் படைத்த உருப்படி (வைரஸ¬கள் உயிருள்ளவை யாக கருதப்படுவதில்லை) ஆகும். பூச்சியியல் போர்முறையும் உயிரிப்போரில் ஒருவகையாக கருதப்படுகிறது. நால்வகைப் பேரழிவு ஆயுதங்களுள் இதுவும் ஒன்று. கதிரியக்கப் போர், அணு ஆயுத போர் மற்றும் வேதியியல் போர் ஏனையவையாகும்.

உயிரி ஆயுதங்கள் ஒரு தனி நபரையோ, ஒரு கூட்டத்தாரையோ அல்லது ஒரு முழு இனத்தையோ அழிக்கும்படி பிரத்யேகமாக உருவாக்கபடலாம். இவை ஒரு நாட்டினாலோ அல்லது நாடு சாராத

தனிக்கூட்டத்தாரலோ உருவாக்கப்படவும், வாங்கவும், சேர்ப்பில் வைத்து பின்னர் உபயோகப்படுத்தப்படவும் முடியும். நாடு சாராத தனிக் கூட்டத்தாரால் உபயோகப்படுத்தப்படின், அது உயிரித் தீவிர வாதம் என்றழைக்கப்படும்.

உயிரிப்போர் முறையும், வேதிப்போர் முறையும் ஒன்றை யொன்று தழுவியவாறே உள்ளது. உயிரியாயுதங்களால் வெளிப் படுத்தப்படும் நச்சு, உயிரியல் ஆயுதங்கள் பட்டியலிலும் அதே சமயம் வேதியியல் ஆயுதங்கள் பட்டியலிலும் இடம்பெறும்.

உயிரியல் ஆயுதங்கள் பயன்படுத்துவது உலகளவில் தடை செய்யப் பட்டுள்ளது. மீறி பயன்படுத்துவது போர்க் குற்றமாக கருதப்படும்.

1972 இல் நடந்த உயிரியாயுதக் கூட்டத்தொடரில் தாக்குதலுக்கான உயிரியல் ஆயுதங்களின் உருவாக்கம், சேமிப்பு மற்றும் பயன்பாடு சட்டவிரோதமாக்கப்பட்டது. *2013* ஆம் ஆண்டு ஏப்ரல் மாதத்தில் *170* நாடுகள் கையொப்பமிட்ட இந்த ஒப்பந்தத்தின் நோக்கமானது, உயிரியாயுத தாக்குதலினால் இராணுவமல்லாத குடிகளின் உயிர்கள் அதிகளவில் பாதிக்கப்பட்டு, நாட்டின் பொருளாதாரம் மற்றும் உள்ளாட்சி குலையும் நிலையை தவிர்ப்பதே ஆகும்.

உயிரியாயுதங்களின் பயன்பாடு ஆதிமுதலே இருந்திருப்பதாக தெரிகிறது. கி.பி. ஆறாம் நூற்றாண்டிலேயே அசீரியர்கள் தங்கள் எதிரிகளுக்கு பித்துப் பிடிக்கும்படி, பூஞ்சைகளினால் நஞ்சு வைத்த தாக அறியப்படுகிறது. பிரித்தானியர்கள் பெரியம்மை நோயை உயிரியாயுதமாக *1763* மற்றும் *1789* களில் அமேரிக்கா ம்ற்றும் நியூ தெற்கு வேல்ஸ் போன்ற இடங்களில் உபயோகித்தாக கூறப்படு கிறது. ஆயினும் போதிய சான்றுகள் இல்லாதபடியால் இவை உறுதி செய்யப்படவில்லை.

1900 களில் நோய் நுண்மைக்கோட்பாடு மற்றும் பாக்டீரியா பற்றிய புதிய கண்டுபிடிப்புகள் உயிரியாயுதக் காரணிகளை, போரில் கையாளும் முறையில் வேறு கட்டத்துக்கு எடுத்து சென்றது.

இரண்டாம் உலகப்போரின் ஆரம்ப காலகட்டத்தில், ஐக்கிய இராஜ்யத்தின் போர்டன் டோவுன் என்ற இடத்தில், பால் பில்டேஸ்

என்ற நுண்ணுயிர் வல்லுநர் தலைமையில் ஒரு உயிரியாயுத திட்டத்தை தொடங்கியது, அந்நாட்டின் சேமிப்பு அமைச்சகம். இதுவே பின்னாளில் வின்ஸ்டன் சர்ச்சில் தலைமையில் துலரெமியா, ஆந்திராக்சு மற்றும் புருசெலுசிஸ் போன்றவற்றை ஆயுதாமாக்கி வெற்றி கண்டது. இதே சமயத்தில் ஜப்பான், பிரான்ஸ் போன்ற நாடுகள் தங்களின் தனி தனி உயிரியாயுதத் திட்டத்தை தொடங்கின.

ஐக்கிய அமெரிக்க அரசு போரில் நுழைந்ததும், நேச நாடுகளின் வளங்கள் அனைத்தும் பிரித்தானிய வேண்டுகோளின் பேரில் ஒன்றினைக்கப்பட்டன. இதை தொடர்ந்து ஐக்கிய அமேரிக்க அரசு, மேரிலாந்தில் ஜார்ஜ் மெர்க் என்பவரின் தலைமையில் ஒரு பெரிய ஆராய்ச்சி கழகத்தை தொடங்கியது. இங்கே உருவாக்கப்பட்ட உயிரியாயுதங்கள் உடா பாலைவனத்தின் டக்வே சோதனை மையத்தில் சோதிக்கப்பட்டன. விரைவிலேயே ஆந்திராக்சு, புருசெலுசிஸ் மற்றும் போட்டுலிசம் போன்ற உயிரியாயுதங்கள் பெருமளவில் தயாரிக்கப்பட, ஆங்காங்கே ஆராய்ச்சிக் கழகங்களும் சோதனை மையங்களும் தொடங்கப்பட்டன. ஆனாலும் இவை எல்லாம் போரில் பயன்படுத்தப்படும் முன்னரே போர் முற்றிற்று.

மிகவும் பேர்போன உயிரியாயுத ஆராய்ச்சி ‘ஏகாதிபத்திய ஜப்பானின் இராணுவ பிரிவு 731’ ஆல் மிகவும் ரகசியமாக செய்யப் பட்டது. தளபதி ஷிரோ இஷீ வழிநடத்த, மஞ்சூரியாவை மைய மாக கொண்டு மனிதர் மீது ஆராய்ச்சி செய்து போரில் பயன்படுத்தக் கூடிய உயிரியாயுதங்களை தயாரித்துக் கொண்டிருந்தது இந்த பிரிவு. அமெரிக்க பிரித்தானிய தொழில்நுட்பங்கள் இல்லாதபோதும், இவர்களின் தீவிர ஆராய்ச்சி முறையால் இவர்களின் உயிரியா யுதங்கள் தரத்திலும் பயன்பாட்டிலும் சற்றே உயர்ந்துதான் காணப் பட்டது. சீனப்படையின் மீதும் பொதுமக்கள் மீதும் உயிரியாயுத தாக்குதலையே நடத்தியது ஜப்பான். 1940இல் நிங்போவின் மீது கொடூர பிளேக் நோயைக் கொண்ட உண்ணிகள் நிறைந்த செராமிக் குண்டுகளை வீசியது. பெரும்பாலான இவ்வகை தாக்குதல்கள் சரியான விநியோக முறையில்லாததால் பெரிதான ஒரு தாக்கத்தை ஏற்படுத்த முடியாமற் போயிற்று. இருந்தும்கூட 4 லட்சம் பேர்

உயிரிழந்தனர். சரிவர கட்டுப்படுத்த முடியாததால் தன் வீரர்கள் பலரையும் இவ்வகை தாக்குதல்களில் பலி கொடுத்தது ஜப்பான்.

போரின் கடைசி காலத்தில் பிளேக் நோயை உயிரியாயுதமாகக் கொண்டு அமெரிக்காவின் சான் டியாகோ, கலிபோர்னியா போன்ற இடங்களில் தாக்குதல் நடத்தத் திட்டமிட்டது ஜப்பான். செப்டம்பர் 22, 1945 இல் இந்தத் தாக்குதலை நடத்த முடிவு செய்து, இத்திட்டத்துக்கு 'இரவு நேர செர்ரி பூக்கள்' என பேரிட்டது ஷிரோ இஷீயின் இராணுவப்பிரிவு. ஆனால், ஆகஸ்ட் மாதத்தில் நடந்த எதிர்பாராத தாக்குதல்களினால் அம்மாதம் 15 ஆம் தேதி நிபந்தனையற்ற சரணடைந்தது ஜப்பான். இதனால் உயிரியாயுதத் தாக்குதல்கள் நடக்காமலேயே போர் முடிவுக்கு வந்தது.

இந்திய குடியரசு பேரழிவு ஆயுதங்களை அணு ஆயுத வடிவில் வைத்திருப்பதாக தெரிகிறது. அதிகாரப்பூர்வ வெளியீடுகள் ஏதும் இல்லை என்றாலும் இந்திய அரசானது உயிரித் தொழில்நுட்பங்களில் நல்ல திறம் படைத்ததாகவே கருதப்படுகிறது.

நுண்ணுயிரி வல்லுநர்கள் மற்றும் தொற்றுநோய் வல்லுநர்கள் பலரிருந்துங்கூட இந்திய அரசு உயிரியாயுதத்தை முதற்கட்ட தாக்குதல் ஆயுதமாக பயன்படுத்த எவ்வித முனைப்பாடு காட்டவோ அல்லது அதற்கென்று தனித்திட்டமோ செயல்படுத்தவில்லை.

உயிரியாயுதக் கூட்டத்தொடரின் ஒப்பந்தத்தில் கையொப்ப மிட்ட நாடுகளில் இந்தியாவும் ஒன்று. இந்திய உயிரியாயுதத்தில் எவ்வித ஆராய்ச்சியிலும் ஈடுபடுகிறது என்று நிரூபிக்க எந்த விதமான சான்றுகளும் இல்லை. இதை தெளிவுபடுத்தும் பொருட்டு, அக்டோபர் 2002இல், அன்றைய இந்தியக் குடியரசுத் தலைவர் திரு.அ.ப.ஜெ. அப்துல் கலாம் அவர்கள், 'இந்தியா உயிரியாயுதங்களை தயாரிக்காது. உயிரியாயுதம் மனித இனத்திற்கே பெருங்கேடு விளைவிக்கும்.' என்று தெரிவித்துள்ளார்.

❖

39. ஹிரோசிமா நாகசாகி அணுகுண்டு வீச்சு

அணுகுண்டு (ஒலிப்பு) என்பது அணுக்கருப் பிளவு மூலமோ அல்லது கருப்பிளவு மற்றும் கரு இணைவு ஆகிய இரண்டின் மூலமோ அழிவுச் சக்தியை உருவாக்கக் கூடிய வெடிபொருளாகும். இவ்விரு தாக்கங்களும் சிறியளவு திணிவிலிருந்து பெரியளவிலான சக்தியை வெளியிடக்கூடியன மிகச்சிறிய கட்டமைப்பில் ஏராள மான ஆற்றலை அடக்கி வைத்திருந்து அதைப் பெருவேகத்தில் வெளிப்படுத்துவதே அணுகுண்டின் தத்துவமாகும். முதல் அணுக் கருப்பிளவுக் குண்டின் பரிசோதனையின்போது அண்ணளவாக 20,000 தொன் TNTயின் சக்தி வெளியிடப்பட்டது. முதல் ஐதரசன் குண்டின் பரிசோதனையின்போது அண்ணளவாக 10 மில்லியன் தொன் TNTயின் சக்தி வெளியிடப்பட்டது.

2,400 pounds (1,100 kg) திணிவுடைய ஒரு ஐதரசன் குண்டு, 1.2 மில்லியன் தொன் TNTயின் வெடிப்பின்போது வெளியிடப்படும் சக்தியிலும் அதிக சக்தியை வெளியிடக்கூடியது. ஆகவே, பாரம்பரிய மான ஒரு குண்டிலுஞ் சிறிய அணுவாயுதம் வெடிப்பு, தீ மற்றும் கதிர்ப்பு ஆகியவற்றின் மூலமாக ஒரு நகரத்தையே அழிக்கக்

கூடியது. அணுவாயுதங்கள் பேரழிவு ஆயுதங்களாகக் கருதப்படுவதோடு, இவற்றின் பயன்பாடும் கட்டுப்பாடுகளும் சர்வதேச உறவுகளில் பெரிய தாக்கத்தை ஏற்படுத்தவல்லன.

இரண்டு அணுவாயுதங்கள் மாத்திரமே இதுவரை போரில் பயன்படுத்தப்பட்டுள்ளன. இவையிரண்டும் ஐக்கிய அமெரிக்காவால் இரண்டாம் உலகப் போரின் இறுதியில் பயன்படுத்தப்பட்டன. ஆகஸ்ட் 6, 1945 அன்று, 'சின்னப் பையன்' எனப் பெயரிடப்பட்ட யுரேனியம் கருப்பிளவு அணுகுண்டு ஜப்பானிய நகரமான இரோசிமாவில் வீசப்பட்டது. மூன்று நாட்களுக்குப் பின், ஆகஸ்ட் 9 அன்று 'குண்டு மனிதன்' எனப் பெயரிடப்பட்ட புளூட்டோனியம் கருப்பிளவு அணுகுண்டு இன்னொரு ஜப்பானிய நகரான நாகசாகியில் வீசப்பட்டது. இவ்விரு குண்டுகளின் காரணமாக ஏற்பட்ட கடுமையான காயங்களினால் கிட்டத்தட்ட 200,000 மக்கள் இறந்தனர். சப்பானின் சரணடைவிலும் அதன் சமூக நிலையிலும் இக்குண்டுவீச்சுக்கள் ஏற்படுத்திய தாக்கங்கள் இன்றும் முக்கிய விவாதப் பொருளாக விளங்குகிறது.

இரோசிமா மற்றும் நாகசாகி குண்டுவீச்சின் பின், பரிசோதனை நோக்கத்துக்காகவும், செய்முறை விளக்கங்களுக்காகவும் இரண்டாயிரம் தடவைகளுக்கு மேல் அணுகுண்டு வெடிக்க வைக்கப்பட்டுள்ளது. ஒரு சில நாடுகள் மட்டுமே அணுவாயுதத்தை கொண்டுள்ளனவாக அல்லது அணுவாயுதத்தைக் கொண்டுள்ள நாடுகளாகச் சந்தேகிக்கப்படுவனவாக வகைப்படுத்தப்பட்டுள்ளன. அணுவாயுதப் பரிசோதனை மேற்கொண்ட நாடுகளாக (முதற் பரிசோதனைக் காலவரிசைப்படி) ஐக்கிய அமெரிக்கா, சோவியத் ஒன்றியம், ஐக்கிய இராச்சியம், பிரான்ஸ், சீனா, இந்தியா, பாகிஸ்தான் மற்றும் வடகொரியா ஆகியன அறிவித்துள்ளன. இஸ்ரேல் அணுவாயுதப் பரிசோதனை மேற்கொண்டிருப்பினும் அது பற்றிய தகவல்களை வெளியிடவில்லை. தென்னாபிரிக்கா முன்பு அணுவாயுதங்களை உற்பத்தி செய்திருப்பினும், அதன் இனவெறி அரசாங்கம் முடிவுக்கு வந்தபின் தனது ஆயுதங்களை அழித்ததுடன் அணுவாயுதப் பரவல் தடுப்பு ஒப்பந்தத்திலும் ஒப்பமிட்டது.

அமெரிக்க விஞ்ஞானிகளின் கூட்டமைப்பின் மதிப்பீட்டின்படி 2012 அளவில் உலகில் 17,000க்கும் மேற்பட்ட அணுவாயுதங்கள் காணப்படுகின்றன. இவற்றுள் கிட்டத்தட்ட 4,300 ஆயுதங்கள் செயற்பாட்டு நிலையில் உள்ளதாகவும் தெரிவிக்கப்படுகிறது.

அணுவாயுதத்தில் இரண்டு அடிப்படை வகைகள் உள்ளன. அவை அணுக்கருப் பிளவின் மூலம் மட்டும் தமது சக்தியைப் பிறப்பிக்கக் கூடியன மற்றும் அணுக்கரு இணைவின் மூலம் தமது சக்தியைப் பிறப்பிக்கக் கூடியனவாகும். இவற்றுள் அணுக்கரு இணைவின் மூலம் இயங்கும் அணுவாயுதத்தில் தாக்கத்தை ஆரம்பிப்பதற்கான சக்தி அணுக்கருப் பிளவின் மூலம் வழங்கப்படும். இதன் விளைவாக உருவாகும் அணுக்கரு இணைவுத் தாக்கம் அதிகளவிலான சக்தியை வெளிப்படுத்தும்.

பாவனையிலுள்ள அனைத்து அணுவாயுதங்களும் தமது வெடிப்புச் சக்தியில் சிறியளவான பகுதியை அணுக்கருப் பிளவுத் தாக்கங்களினால் பெறுகின்றன. தனியே அணுக்கருப்பிளவுச் சக்தியை மாத்திரம் வெளியிடும் ஆயுதங்கள் அணுகுண்டு எனப்படும்.

40. வேதிப் போர்

வேதிப் போர் எனப்படுவது பேரழிவு விளைவிக்க வேதியியல் ஆயுதங்கள் பயன்படுத்திப் போர் செய்வதாகும். வேதியியல் ஆயுதங்கள் தமது பாதிப்பை சுவாசிக்கும்போதோ, தோலுடன் தொடுகை ஏற்படுத்தும் போதோ அல்லது நச்சூட்டப்பட்ட உணவின் மூலமோ நடைபெறலாம்.

இவை பல வழிகளில் செயற்படுத்தப்படலாம். மிகப்பொதுவான முறை வளியில் தூவுவதாகும். இதைவிட நடு வானில் வெடித்து சிதறக் கூடிய ஏறிகணைகளைப் பயன்படுத்தலாம் அல்லது விமானம் மூலம் தேவையான இடத்தின் மீது தூவலாம். 20ஆம் நூற்றாண்டிலே முதலாம் உலக யுத்தம் மற்றும் ஈரான் - ஈராக் யுத்தம் என்பனவே வேதியியல் உயிரியல் யுத்தகள முனைகளாக இருந்தன.

இரசாயன ஆயுதங்கள் முதலில் உலக யுத்தம் ஒன்றில் பாவிக்கப் பட்டது. இதன் பின்பு ஈரான் - ஈராக் யுத்தத்தில் பயன்படுத்தப் பட்டது. பின்பு பேர்சியன் வளைகுடா யுத்தத்திலும் பாவிக்கப் பட்டது. இவையனைத்தின் பின்பு ஜப்பானில் அண்மைக் காலத்தில் சுரங்க ரயிலில் பாதையில் ரசாயன ஆயுத தாக்குதல் நடத்தப்

பட்டது. 2001 இல் அமெரிக்காவில் அந்திராக்ஸ் பக்ரீரியா கடிதம் மூலம் அரச நிறுவனங்களுக்கு அனுப்ப பட்டமை ஒரு வகை உயிரியல் தாக்குதலாகும்.

1972 வேதியியல் ஆயுதங்களுக்கு எதிரான உடன்படிக்கையும் 1993 ஆண்டின் உயிரியல் ஆயுதங்களுக்கு எதிரான உடன்படிக்கை யும் குறிப்பிடத்தக்கனவாகும்.

பல நாடுகள் இந்த உடன்படிக்கையில் கைச்சாத்திட்டுள்ள போதும் இன்னும் சில நாடுகள் இரகசியமாக இந்த ஆராய்ச்சிகளில் ஈடு பட்டுள்ளன. அண்மையில் ஈராக்கை அமெரிக்காவும் பிரித்தானியா வும் ஆக்கிரமிக்க இதுவே காரணமாக இருந்தது.

41. உயிரினங்களுக்கு பெருங்கேடு விளைவிக்கும் கதிரியக்கம்

கதிரியக்கம் (radioactivity, radioactive decay, அல்லது nuclear decay) என்பது சில அணுக்களிலிருந்து வெளிப்படும் ஒரு வகையான ஆற்றல் மிகுந்த கதிர்வீச்சு ஆகும். இக்கதிரியக்கக் கதிர்வீச்சானது ஓரளவிற்கு மிகும்போது மாந்தர்களுக்கும், பிற உயிரினங்களுக்கும் பெருங்கேடு விளைவிக்கும். உயிரிழக்கவும் நேரிடும். எனினும், புற்றுநோய் முதலிய உடல் நோய்களைக் குணப்படுத்த மருத்துவர்கள் சிறிதளவு கதிரியக்கம் செலுத்துவர்.

சில அணுக்களின் அணுக்கருவினுள்ளே அதிக எண்ணிக்கையில் புரோட்டான்களும், மின்னூட்டமற்ற நியூட்டிரான்களும் இருக்கும் போது, அவ்வகை அணுக்கருவானது போதிய அளவு நிலைப்புமை பெறாமல் இருப்பதால், சிறுகச் சிறுக அணுவுட்துகள்களை உமிழ் கின்றது. இதுவே கதிரியக்கம் எனப்படுகின்றது. இக்கதிரியக்கத்தின் போது தாய்க்கருவானது வழிக்கருவாக உருவாகின்றது. இந்நிகழ்வு ஒரு நேர்ந்தவாறான செயற்பாடாகும். அதாவது இரு குறிப்பிட்ட அணுவின் சிதைவு எப்பொழுது ஏற்படும் எனக் கூற முடியாது. சில சிதைவுகளில், தாய்க்கருவும், வழிக்கருவும் வெவ்வேறு வேதியியல்

தனிமங்களுக்கு உரியனவாக இருக்கும். இந்நிலையில் இச் செயல்பாடு அணுக்கரு மாற்றம் எனப்படும்.

அனைத்துலக முறை அலகுகள் (SI) கதிரியக்கத்தின் அலகு பேக்குரெல் (becquerel (Bq)) ஆகும். ஒரு கதிரியக்கப் பொருளில், ஒரு நொடியில் ஒரு சிதைவு நிகழ்வு ஏற்படுமாயின், அது ஒரு Bq கதிரியக்கம் கொண்டதெனக் கூறப்படும். இயல்பான அளவு கொண்ட மாதிரிக்கூறு ஒன்றில் பெருமளவு அணுக்கள் காணப்படுமாதாலால், ஒரு Bq அளவு என்பது ஒரு மிகமிகக் குறைவான கதிரியக்கமாகும். பொதுவாக கதிரியக்கம் கிகா பேக்குரெல் (giga becquerel) அளவுகளிலேயே நிகழ்கின்றது.

1896 ஆம் ஆண்டில் பிரெஞ்சு அறிவியலாளர் என்ரி பெக்கரல் என்பவர் இயற்கைக் கதிரியக்கத்தைக் கண்டுபிடித்தார். சில யுரேனிய உப்புக்களை ஓர் ஒளிப்படத்தட்டின் மீது வைத்து, அத்தட்டு கறுப்புக் காகிதத்தினால் சுற்றி ஓர் இருட்டு அறையில் வைக்கப்பட்டது. இத்தட்டை கழுவியபோது (evelop) அது பாதிக்கப் பட்டிருந்ததை அவதானித்தார்.

இதே சோதனையை வெவ்வேறு யுரேனிய உப்புக்கள் கொண்டு செய்த ஆய்வின்போது யுரேனியமும் அதன் உப்புக்களும் கண்ணிற்குப் புலப்படாத கதிர்வீச்சுக்களை உமிழ்கின்றன என்றும், அவை

காகிதம், மரம், கண்ணாடி போன்றவற்றின் வழியே ஊடுருவி ஒளித்தட்டைப் பாதிக்கின்றன என்றும் கண்டறிந்தார்.

அணுவெண் 92 உம் அதற்கு மேலுமுள்ள தனிமங்கள் எந்தவித புறத்தூண்டுதலுமின்றி தாமாக கதிரியக்கத்துக்கு உட்படுகின்றன. அதிக வெப்பநிலையோ குறைந்த வெப்பநிலையோ, எப்படிப்பட்ட காந்த, மின்புலங்களாலும் கதிரியக்க நிகழ்வு பாதிக்கப்படுவ தில்லை. கதிரியக்கத்தின் போது α,β,γ என மூன்று விதமான கதிர்கள் வெளிப்படுகின்றன. α கதிர்கள் கதிரவத்தின் கருக்களே என்றும், β கதிர்கள் எதிர்ம மின்னூட்டமுடைய எலட்டிரான்கள் என்றும், γ கதிர்கள் மின்னூட்டம் ஏதுமில்லா மின்காந்த அலைகள் என்றும் அறியப்பட்டுள்ளன.

செயற்கைக் கதிரியக்கம் கண்டுபிடிக்கப்பட்ட பின் இன்று எந்த ஒரு தனிமத்தின் கதிரியக்க சமவிடத்தான்களையும் பெறமுடியும் என்ற நிலை உருவாகியுள்ளது.

மேரி க்யூரி மற்றும் பியரி க்யூரி ஆகியோரின் கதிரியக்கம் பற்றிய ஆய்வுகள் அறிவியல் மற்றும் மருத்துவத்தில் மிக முக்கியமானதொரு பங்கை ஆற்றியுள்ளன எனலாம். என்ரி பெக்கரல் கதிர்கள் பற்றிய இவர்களின் ஆய்வு ரேடியம் மற்றும் பொலோனியம் ஆகிய தனிமங்களின் கண்டுபிடிப்புகளுக்கு வித்திட்டது எனலாம். இவர்களே கதிரியக்கம் (radioactivity) என்ற சொல்லை உருவாக்கியவர்களும் ஆவர். இவர்களின் யுரேனியத்தின் ஊடுருவும் கதிர்கள் குறித்த ஆய்வு இரேடியத்தின் கண்டுபிடிப்பிற்கும் அதைத் தொடர்ந்து புற்றுநோய் சிகிச்சையில் இரேடியத்தின் பயன்பாட்டைக் கொண்டு வந்த ஒரு சகாப்தத்தையே உருவாக்கியது எனலாம்.

இரேடியத்தை இவ்வாறு புற்றுநோய் சிகிச்சைக்குப் பயன்படுத்தியதன் மூலம் அணு ஆற்றலை அல்லது உட்கரு ஆற்றலை நவீன அணுக்கரு மருத்துவம் என்ற ஆக்கபூர்வமான பயன்பாட்டிற்கு கொண்டு வந்த முதல் முயற்சி எனலாம்.

1895 ஆம் ஆண்டில் வில்கெம் இரென்கன் என்பரின் X-கதிர்களின் கண்டுபிடிப்பானது அறிவியலாளர்கள், இயற்பியலாளர்கள் மற்றும்

கண்டுபிடிப்பாளர்களிடம் பரந்துபட்ட ஆய்வுகளுக்கு வித்திட்டது எனலாம். 1896 ஆம் ஆண்டின் ஆரம்பத்தில் பல்வேறு தரப்பட்ட மக்கள் தீக்காயங்கள், முடி இழப்புகள் மற்றும் பிற தீய விளைவு களைப் பற்றி அறிவியல் இதழ்களில் எழுதத் தொடங்கினர். அதே ஆண்டின் பிப்ரவரி மாதத்தில் வான்டார்பில்டு பல்கலைக் கழகத்தின் பேராசிரியர் டேனியல் மற்றும் முனைவர் டட்லி ஆகியோர் X-கதிர்களை பேராசிரியர் டட்லி அவர்களின் தலையில் செலுத்தியதன் விளைவாக முடிகொட்டியதை சோதனை மூலம் நிரூபித்தனர்.

முனைவர் எச்.டி.ஹாவ்க்சு என்பவர் X-கதிர்களை செலுத்தியதன் விளைவாக, தனது கை மற்றும் மார்பில் ஏற்பட்ட காயங்கள் குறித்த அறிக்கையை வெளியிட்டார். இதுவே, இது போன்ற பல அறிக்கைகளின் முதலாவதாகும். எலிகு தாம்சன் மற்றும் நிகோலா தெசுலா ஆகியோர் மேற்கொண்ட சோதைனகள் உட்பட்ட பிற சோதனைகள் காயங்கள் பற்றிய அறிக்கையைத் தந்தன. தாம்சன் வேண்டுமென்றே தனது ஒரு விரலை X-கதிர் குழாயில் ஒரு குறிப்பிட்ட நேரத்திற்கு வைத்திருந்து வீக்கம், வலி மற்றும் நுண்ணிய தீப்புண்கள் ஏற்பட்டதை நிரூபித்தார். புற ஊதாக் கதிர் வீச்சு மற்றும் ஓசோன் ஆகியவை இந்த காயங்களுக்கு காரணமாக இருக்கலாம் என கருதப்பட்டது. பல மருத்துவர்கள் இன்னமும்கூட X-கதிர்கள் மனித உடலில் படுவதால் விளைவுகள் ஏதும் ஏற்படுவதில்லை என்கின்றனர்.

இவ்வளவுக்கும் மேலாக, 1902 ஆம் ஆண்டில் வில்லியம் ஹெர்பார்ட் ரோலின்சு ஆல் மேற்கொள்ளப்பட்ட தீய விளைவுகள் குறித்த சில ஆரம்பகட்ட முறையான புலனாய்வுகள் X-கதிர்கள் பற்றிய அவநம்பிக்கையுடன் கவனமின்றி X-கதிர்கள் கையாள்வதன் விளைவாக ஏற்படும் அபாயங்கள் குறித்த எச்சரிக்கைகள் அவரது சகாக்களாலும், தொழிற்துறையினராலும் கவனத்தில் கொள்ளப்படவில்லை. இந்த காலகட்டத்தில் ரோலின்சு X-கதிர்கள் பரிசோதனைக் குட்படுத்தப்படும் மிருகங்களான கினிப் பன்றிகளைக் கொன்று விடும் என்றும், கருவுற்றிருக்கும் கினிப்பன்றிகளில் கருச்சிதைவு ஏற்படச் செய்யவும், கருவினை அழித்து விடவும் செய்யும் என்றும்

நிரூபித்தார். X-கதிர்கள் விலங்குகளின் மேலே படும் போது நோய்க்கு ஆளாகும் பண்பானது விலங்குக்கு விலங்கு மாறுபடும். இந்த கருத்தானது நோயாளிகள் X-கதிர் சோதனைக்கு உட்படுத்தும் போது கவனத்தில் கொள்ளப்பட வேண்டும் என்பதைக் கூறினார்.

கதிரியக்க பொருட்கள் காரணமாக கதிர்வீச்சினால் ஏற்படும் உயிரியல் விளைவுகள் அளந்தறிவதற்கு கடினமானதாக இருப்பினும், இது பல மருத்துவர்களுக்கும் நிறுவனங்களுக்கும் கதிரியக்க பொருட்களை காப்புரிமை மருந்துகளாக விற்பனை செய்வதற்கு வாய்ப்பளித்தது. உதாரணமாக ரேடியம் குடற்கழுவு மருத்துவ சிகிச்சை, மற்றும் ரேடியம் கலந்த நீர் சத்து மருந்தாக பயன்படுத்தப் பட்டது போன்றவற்றைக் கூறலாம். மேரி க்யூரி மனித உடலில் கதிர் வீச்சினால் ஏற்படும் விளைவுகள் முழுவதுமாக அறிந்து கொள்ளப் படாமல் இருக்கும் நிலையில் இந்த வகை சிகிச்சைகளுக்கு ரேடியம் போன்ற கதிர்வீச்சுத் தன்மையுடைய பொருட்கள் பயன்படுத்தப் படுவதை எதிர்த்தார்.

பின்னாளில் மேரி க்யூரி கதிர்வீச்சின் காரணமாக ஏற்பட்ட எலும்பு மஜ்ஜையில் ஏற்படும் குறைபாடு காரணமாக குறைவான எண்ணிக்கையிலான இரத்த சிவப்பணுக்கள், இரத்தத் தட்டுகள் உருவாகக்கூடிய ஒரு வகை இரத்த சோகை நோயினால் இறந்தார் என்பது குறிப்பிடத்தக்கது. 1930களில், எலும்பு இழை நசிவு (bone necrosis - காயங்கள், நோய் அல்லது இரத்த வழங்கலில் ஏற்படும் குறுக்கீடுகள் ஆகியவற்றின் மூலம் எலும்பு செல்கள் அல்லது திசுக் களின் அழிவு) காரணமான எண்ணற்ற மரணங்கள் மற்றும் ரேடிய சிகிச்சை ஆர்வலர்களின் எண்ணற்ற மரணங்கள் காரணமாக ரேடியத்தைக் கொண்டுள்ள மருந்துப்பொருட்கள் மருந்துச் சந்தையி லிருந்து நீக்கிக் கொள்ளப்பட்டன.

எக்ஸ் கதிர்கள் கண்டுபிடிக்கப்பட்டு ஒரு வருடத்திற்கு பிறகு, அமெரிக்க பொறியியலாளரான வொல்ஃப்ராம் ஃப்யூச்சஸ் (1896)ஆல் வழங்கப்பட்ட ஆலோசனையே முதல் பாதுகாப்பு ஆலோசனையாக இருக்கக்கூடும். ஆனால்,1925 ஆம் ஆண்டில் நடைபெற்ற சர்வதேச கதிரியக்க சிகிச்சை மாநாட்டிற்குப் பிறகு

சர்வதேச பாதுகாப்பு தரங்களை நிறுவுதல் குறித்து கருதப்பட்டது. புற்றுநோய் அபாயத்தின் விளைவு உள்ளிட்ட மரபணுக்களில் கதிர்வீச்சின் விளைவுகள் மிகவும் பின்னர் அறியப்பட்டன. 1927ஆம் ஆண்டில், ஹெர்மன் ஜோசப் முல்லர் கதிர்வீச்சினால் ஏற்படும் மரபியல் காரணிகளில் ஏற்படும் விளைவுகள் குறித்த ஆராய்ச்சி அறிக்கையினை வெளியிட்டார். 1946 ஆம் ஆண்டில், தனது கண்டு பிடிப்பிற்கான நோபல் பரிசைப் பெற்றார்.

1928 ஆம் ஆண்டில் சுடாக்ஹோமில் நடைபெற்ற இரண்டாவது சர்வதேச கதிரியக்க சிகிச்சை மாநாட்டில் இராண்ட்ஜன் அலகு களை உருவாக்கி கைக்கொள்ள முன்மொழிந்தது. மேலும், சர்வதேச எக்ஸ் கதிர் மற்றும் ரேடியம் பாதுகாப்பு குழு உருவாக்கப்பட்டது. ரோல் சியெவெர்ட் தலைவராக நியமிக்கப்பட்டார். ஆனால், இங்கிலாந்து தேசிய இயற்பியல் ஆய்வகத்தின் ஜார்ஜ் கயே தான் இந்தக்குழுவின் உந்து சக்தியாக இருந்தார். இந்தக் குழு 1931, 1934 மற்றும் 1937 ஆகிய ஆண்டுகளில் கூடியது.

இரண்டாம் உலகப் போருக்குப் பின்னர், இராணுவ மற்றும் உள் நாட்டு அணுசக்தித் திட்டங்களின் விளைவாக தொழில்முறையான வேலையாட்கள் மற்றும் பொதுமக்கள் அதிக வகையான மற்றும் அளவிலான கதிரியக்கப் பொருட்களின் தீங்கு விளைவிக்கும் அயனியாக்கும் கதிர்வீச்சுக்கு ஆளாக்கப்பட்டனர். 1950களில் லண்டனில் நடத்தப்பட்ட முதலாம் போருக்குப் பிந்தைய சர்வதேச கதிரியக்க சிகிச்சை மாநாடு கூடி முடிவெடுத்து தற்போதைய கதிரியக்க பாதுகாப்பு தொடர்பான சர்வதேச ஆணையம் (ஐ.சி.ஆர்.பி.) உருவாகக் காரணமாக இருந்தது. அதிலிருந்து கதிரியக்க பாதுகாப்பு தொடர்பான சர்வதேச ஆணையம் கதிர் வீச்சின் அனைத்து வகை ஆபத்துக்களையும் உள்ளடக்கி தற்போதுள்ள கதிர்வீச்சு பாதிப்பு தொடர்பான சர்வதேச முறையை வடிவமைத்து வளர்த்து வருகிறது.

சர்வதேச அலகு முறையில் கதிரியக்கத்தின் திட்ட அலகு கதிரி யக்கத்தை கண்டுபிடித்த ஹென்றி பெக்கொரெலுக்கு மரியாதை செலுத்தும் விதமாக பெக்கொரெல் (Bq) என பெயரிடப் பட்டுள்ளது. ஒரு பெக்கொரெல் (Bq) என்பது ஒரு வினாடி

காலத்தில் நடைபெறும் மாறுபாடு (சிதைவு) என வரையறுக்கப் பட்டுள்ளது.

கதிரியக்கத்திற்கான முந்தைய அலகாக கியூரி, Ci, ஆக இருந்தது. கியூரி எனப்படுவது சமநிலையில் ஒரு கிராம் ரேடியம் தனிமத்தால் வெளியிடப்படும் ரேடியத்தின் நிறை அல்லது அளவு என வரையறுக்கப்பட்டிருந்தது. தற்போது, கியூரி எனப்படுவது ஒரு வினாடியில் நிகழக்கூடிய 3.7×10^{10} சிதைவுகள் என வரையறுக்கப் பட்டுள்ளது. ஆகவே 1 கியூரி (Ci) = 3.7×10^{10} Bq. கதிரியக்க பாதுகாப்பு நோக்கங்களுக்காக, அமெரிக்க ஐக்கிய நாடுகளின் அணுக்கரு ஒழுங்கு ஆணையம் SI அலகுடன் கியூரி அலகின் பயன்பாட்டையும் அனுமதித்துள்ளது. ஐரோப்பிய யூனியனின் ஐரோப்பிய அலகுகளின் அளவீட்டு முறை வழிகாட்டு நடைமுறைகள் பொதுமக்களின் நலன் சார்ந்த தேவைகளுக்காக இதன் பயன்பாடு தேவைப்படுகிறது என்று 31 டிசம்பர் 1985 இல் கூறியுள்ளது.

கதிரியக்கமானது இரண்டு வகைப்படும். அவை :

1. இயற்கை கதிரியக்கம் : இயற்கையில் காணப்படும் தனிமங்களான யுரேனியம், பொலோனியம், ரேடியம் ஆகியவை தாங்களாகவே, தன்னிச்சையாக α, β, γ கதிர்களை வெளியிட்டு வேறு தனிமங்களாக மாறுகின்றன. இந்த தன்னிச்சையான மாற்றமே இயற்கை கதிரியக்கம் என அழைக்கப்படுகிறது. இயற்கை கதிரியக்கத்தில் ஒரே ஒரு தனிம அணுவின் உட்கரு மட்டுமே பங்குபெறும். தனிம வரிசை அட்டவணையில் அணு எண் 82ஐ விட அதிகமான அணு எண்ணைக் கொண்ட கனமான தனிமங்களில் மட்டுமே இயற்கை கதிரியக்க மானது காணப்படுகிறது.

2. செயற்கை கதிரியக்கம் : ஒரு தனிமமானது, செயற்கையான முறையில் இன்னொரு அறியப்பட்ட தனிமத்தின் கதிரியக்க ஓரிடத் தனிமமாக (isotope) மாற்றப்படும் செயல்முறையே செயற்கை கதிரியக்கம் எனப்படும். இது தூண்டப்பட்ட கதிரியக்கம் (Induced radioactivity) எனவும் அறியப்படும்.

42. இந்தியாவின் விண்வெளிக் குப்பைகள்

பூமியிலிருந்து விண்ணில் ஏவப்படும் செயற்கைக்கோள்கள் தமது பணியை முடித்ததற்கு பிறகு தனித்து விடப்படும். ஆனாலும் அவை தொடர்ந்து விண்வெளியில் மிதந்து கொண்டிருக்கும். அதே நேரத்தில் செயற்கைகோள்களை தூக்கி செல்லும் ராக்கெட்டுகளின் பாகங்களும் விண்வெளியில் ஆங்காங்கு மிதந்து சென்று கொண்டிருக்கும். மொத்தத்தில் விண்வெளியையும் மனிதர்கள் குப்பையாக்கி வைத்திருக்கிறார்கள் என்பது நிதர்சனம்.

பலநூறு கிலோ மீட்டர் வேகத்தில் விண்வெளியில் மிதந்து செல்லும் இந்தக் குப்பைகள் ஏற்கெனவே செயல்பட்டுக் கொண்டிருக்கும் செயற்கைகோள் மீது மோதி பெரும் சேதத்தை ஏற்படுத்தும். பூமியை சுற்றி 21,900-க்கும் மேற்பட்ட பொருள்கள் மிதந்து கொண்டிருக் கின்றன என்று சொல்லப்படுகிறது. இதில் சுமார் 4,450 பொருள்கள் மட்டுமே செயல்படும் செயற்கை கோள்களாகும். மற்றவை எல்லாம் உடைந்த செயற்கை கோள்கள், ஏவுகணைகளின் பாகங்கள் என்று கடந்த ஆண்டு வெளியான புள்ளி விவரம் ஒன்று தெரிவிக் கிறது.

இவை தவிர, விண்வெளியில் மிதக்கும் மிகச் சிறியது முதல் 10 செ.மீ வரையிலான துகள்களின் பட்டியல் தனியாக உள்ளது என்பதும் குறிப்படத்தக்கது. பொதுவாக விண்வெளிக் குப்பைகளுக்கு எந்தக் கட்டுப்பாடும் இல்லை என்று விஞ்ஞானிகள் ஆய்வு செய்து தெரிவித்துள்ளனர். தான் உண்டு தன் வேலை உண்டு என இருக்கும் செயற்கை கோள்களின் முதல் எதிரி இந்த விண்வெளிக் குப்பைகள்தான் என்பதை நாம் புரிந்து கொள்ள வேண்டும். இதனால் உலக நாடுகளுக்கு பல ஆயிரம் கோடி ரூபாய் நஷ்டம் ஏற்பட்டிருப்பதாக விஞ்ஞானிகள் உறுதிபடத் தெரிவிக்கின்றனா?.

விண்வெளிக் குப்பைகளிடமிருந்து தப்பிக்க செயற்கைக்கோள்களில் கவச அமைப்பு ஏற்படுத்தப்பட்டாலும் அதையும் தாண்டி சிறிய துகள்களால் பாதிப்பு ஏற்படுகிறது. தொடர்ந்து விண்வெளிக் குப்பைகள் பற்றி ஆய்வு செய்து வரும் நாசா விஞ்ஞானிகள், ஒவ்வொரு நாளும் அதன் நடவடிக்கைகளை கண்காணித்து வருகின்றனர். மொத்தத்தில் அளவில் பெரிய விண்வெளிக் குப்பைகள் தொடர் கண்காணிப்பில் வைக்கப்பட்டிருக்கும். அமெரிக்கா, சீனா, ரஷ்யா ஆகியவை விண்வெளியில் அதிக குப்பைகளை கொட்டிய முதல் மூன்று நாடுகள் ஆகும்.

2109-ஆம் ஆண்டு செயற்கைக்கோள் எதிர்ப்பு ஏவுகணையை வெற்றிகரமாக சோதனை செய்தது இந்தியா. இதற்கு 'மிஷன் சக்தி' என்று பெயரிடப்பட்டது. இதன் மூலம் செயற்கைக்கோள் எதிர்ப்பு ஏவுகணை வைத்துள்ள நான்காவது நாடானது நமது நாடு. போர் சூழல்களில் எதிரி நாடுகள் செயற்கைக்கோள் மூலம் நிலப்பரப்புகளை கண்காணிப்பதை இந்த ஏவுகணை மூலம் தடுக்க முடியும். செயற்கைக்கோள் எதிர்ப்பு ஏவுகணை என்பது விண்வெளிக் குப்பையை மேலும் அதிகப்படுத்தலாம். அதே நேரத்தில் விண்ணில் செயற்கைக்கோள் ஒன்றை அழிக்கும் வகையிலான சோதனைக்கு எதிர்ப்பும் கிளம்பியது.

ஆனால் இந்தியா சோதனையை வெற்றிகரமாக நடத்தி முடித்தது. அதற்கு முன்புவரை 115 என்ற எண்ணிக்கையிலிருந்து இந்தியாவின் விண்வெளிக் குப்பை அளவு, மேற்கண்ட ஏவுகணை சோதனையால்

160 ஆக உயர்ந்தது. இந்நிலையில் கடந்த மூன்று ஆண்டுகளில் இந்தியாவின் விண்வெளிக் குப்பைகள் பூமியின் வளிமண்டலத் துக்குள் நுழைந்து அழிவை ஏற்படுத்தியுள்ளன. ஏவுகணை சோதனைக்கு முந்தைய அளவைவிட தற்போது அதிக அளவில் இந்தியாவின் விண்வெளிக் குப்பைகள் மிதந்து கொண்டிருக்கின்றன என்று நாசா விஞ்ஞானிகள் தெரிவிக்கின்றனர்.

மத்திய அரசின் புவி அறிவியல் அமைச்சகத்தின் புள்ளி விவரப்படி கடந்த 15 ஆண்டுகளில் 12 ஆண்டுகளின் கோடைக்காலம் மிக கடுமையானதாக இருந்துள்ளது என்று கணிக்கப்பட்டுள்ளது. கோடை நாட்களின் அதிகரிப்பும் வெப்பத்தின் அளவும் ஒவ்வொரு ஆண்டும் கூடிக்கொண்டே செல்கிறது. கடந்த மார்ச் மாதம் இந்தியாவின் வடமேற்கு, மத்திய, கிழக்குப் பகுதிகளில் கோடை வெயில் அதிகமாக இருந்தது.

ஏப்ரல் மாதம் இரண்டாவது வாரத்திலிருந்து 4.5 முதல் 8.5 செல்சியஸ் வெப்பம் அதிகரித்தது. ஏப்ரல் 27-ந் தேதி இந்தியாவி லேயே அதிக வெப்பம் உத்தர பிரதேச மாநிலம் பிரயாக் ராஜில் 45.9 செல்சியஸ் பதிவானது. அதற்கு முந்தைய நாள் ராஜஸ்தானில் பார்மர் என்ற இடத்தில் 45.1 செல்சியஸ் வெப்பம் பதிவானது. இந்தியாவில் பல நகரங்களில் பரவலாக 42 முதல் 44 செல்சியஸ் வெப்பம் நிலவியது.

பிரயாக் ராஜில் 45.9 செல்சியஸ் பதிவான நாளில் பூமியின் மீது நிலவிய வெப்பக்காற்று சலனத்தின் மாதிரி வரைபடம் தயாரிக்கப் பட்டுள்ளது. இந்த மாதிரி வரைபடம் நிலப்பரப்பிலிருந்து 2 மீட்டர் உயரத்திற்கு நிலவிய வெப்ப சலனத்தை காட்சிப்படுத்துகிறது. இந்தியர்கள் எல்லோருமே நெருப்பாற்றில் நீந்துகிறோம் என்றால் அது மிகையில்லை.

அதிக அனல் காற்று வீசும்போது அதன் தாக்கம் 'சன் ஸ்ட்ரோக்' உள்ளிட்ட உடல்நலக் கோளாறுகளை ஏற்படுத்துவடன் முடிந்து போவதில்லை. காற்றின் தரம் குறைகிறது. மழை வாய்ப்பைத் தடுக்கிறது. வேளாண் விளைச்சலைக் குறைத்து விடுகிறது. இவை மட்டுமல்ல, நகர்ப்புறங்களில் மின்தேவை அதிகரிக்கிறது. அதற்

கேற்ப மின் உற்பத்தியை உடனே அதிகரிப்பது எளிதல்ல. தேவையான நிலக்கரி உடனடியாக கிடைப்பதில்லை. இந்தியாவில் கடந்த ஆறு ஆண்டுகளில் இல்லாத அளவிற்கு மின்பற்றாக்குறை இந்த ஆண்டில் காணப்படுகிறது.

இவற்றுடன் புவி வெப்பமயத்தின் தாக்கத்தால் உத்தரகண்ட், ஹிமாசல பிரதேச மலைகளில் பனி உருகுவதும் அதிகரித்துள்ளது. அதிகபட்ச வெப்பம் நிலவிய ஏப்ரல் 27-ஆம் தேதி இந்தியாவில் 300க்கும் மேற்பட்ட இடங்களில் காட்டுத்தீ ஏற்பட்டதாக மத்திய வனத்துறை அறிக்கை கூறுகிறது. இதில் 30 சதவிகித காடுகள் உத்தரகண்ட் மாநிலத்தில் உள்ளவை.

வானிலையின் மாறுபாடுகளால் வெப்பக்காற்று வெளியேற வழியின்றி மேற்பரப்பிலேயே தங்குவதால் இரவு முழுவதும் லேசான வெப்பம் தொடர்கிறது. குறைந்துவரும் விண்வெளிக் குப்பைகளை மேலும் குறைப்பதற்கும், அதிகரிக்கும் வெப்ப சலனத்தை கட்டுப்படுத்துவதற்கும் அறிவியல் ரீதியான அணுகுமுறைகள் குறித்து அரசு பரிசீலிக்க வேண்டியது காலத்தின் கட்டாயம்.

43. இயற்கைப் பேரிடர் என்ன செய்யும்?

ஒரு இயற்கை பேரழிவு என்பது ஒரு இயற்கை ஆபத்து நிகழ்வுக்குப் பிறகு ஒரு சமூகம் அல்லது சமூகத்தின் மீது மிகவும் தீங்கு விளைவிக்கும். பனிச்சரிவுகள், வறட்சிகள், பூகம்பங்கள், வெள்ளம், வெப்ப அலைகள், நிலச்சரிவுகள், வெப்பமண்டல சூறாவளிகள், எரிமலை செயல்பாடு மற்றும் காட்டுத்தீ போன்ற இயற்கை அபாய நிகழ்வுகளின் சில எடுத்துக்காட்டுகள். கூடுதல் இயற்கை ஆபத்துகளில் பனிப்புயல்கள், தூசிப்புயல்கள், தீப் புயல்கள், ஆலங்கட்டிகள், பனிப்புயல்கள், மூழ்கும் குழிகள், இடி யுடன் கூடிய மழை, சூறாவளி மற்றும் சுனாமி ஆகியவை அடங்கும்.

ஒரு இயற்கை பேரழிவு உயிர் இழப்பு அல்லது சொத்து சேதத்தை ஏற்படுத்தும். இது பொதுவாக பொருளாதார சேதத்தை ஏற்படுத்து கிறது. சேதம் எவ்வளவு மோசமானது என்பது பேரழிவுகளுக்கு மக்கள் எவ்வளவு நன்றாக தயாராக இருக்கிறார்கள் மற்றும் கட்டிடங்கள், சாலைகள் மற்றும் பிற கட்டமைப்புகள் எவ்வளவு வலிமையானவை என்பதைப் பொறுத்தது. இயற்கை பேரழிவு என்ற சொல் பொருத்தமற்றது மற்றும் கைவிடப்பட வேண்டும் என்று

அறிஞர்கள் கூறி வருகின்றனர். அதற்கு பதிலாக, பேரழிவு என்ற எளிய சொல் பயன்படுத்தப்படலாம். அதே நேரத்தில் ஆபத்து வகை குறிப்பிடப்படும். ஒரு இயற்கை அல்லது மனிதனால் உருவாக்கப் பட்ட ஆபத்து பாதிக்கப்படக்கூடிய சமூகத்தை பாதிக்கும்போது ஒரு பேரழிவு ஏற்படுகிறது. இது ஆபத்து மற்றும் பாதிக்கப்படக்கூடிய சமூகத்தின் வெளிப்பாடு ஆகியவற்றின் கலவையிலிருந்து விளை கிறது.

இன்று இயற்கை மற்றும் மனிதனால் ஏற்படும் பேரழிவுகளை வேறுபடுத்துவது கடினம். இயற்கை பேரழிவு என்ற சொல் ஏற்கனவே 1976இல் சவால் செய்யப்பட்டது. கட்டிடக்கலையில் மனித தேர்வுகள், தீ ஆபத்து, மற்றும் வள மேலாண்மை இயற்கையை ஏற்படுத்தலாம் அல்லது மோசமாக்கலாம். பேரழிவுகள். காலநிலை மாற்றம், தீவிர வானிலை அபாயங்களால் ஏற்படும் பேரழிவுகளை யும் பாதிக்கிறது. இந்த காலநிலை அபாயங்கள் வெள்ளம், வெப்ப அலைகள், காட்டுத்தீ, வெப்பமண்டல சூறாவளிகள் மற்றும் பல.

சில விஷயங்கள் இயற்கை பேரழிவுகளை மோசமாக்கலாம். எடுத்துக்காட்டுகள் போதிய கட்டிட விதிமுறைகள், மக்களை ஓரங்கட்டுதல் மற்றும் நில பயன்பாட்டு திட்டமிடலில் மோசமான தேர்வுகள். பல வளரும் நாடுகளில் சரியான பேரிடர் அபாயக் குறைப்பு அமைப்புகள் இல்லை. இது அதிக வருமானம் பெறும் நாடு களை விட இயற்கை பேரழிவுகளுக்கு அவர்களை அதிகம் பாதிக்கக் கூடியதாக ஆக்குகிறது. ஒரு பாதகமான நிகழ்வு பாதிக்கப்படக் கூடிய மக்கள்தொகை கொண்ட ஒரு பகுதியில் ஏற்பட்டால் மட்டுமே அது பேரழிவாக மாறும்.

மனிதனால் உருவாக்கப்பட்ட பேரழிவுகள் மனித நடவடிக்கைகள் மற்றும் சமூக செயல்முறைகளால் ஏற்படும் கடுமையான தீங்கு விளைவிக்கும் நிகழ்வுகள். தொழில்நுட்ப அபாயங்களும் இந்த வகைக்குள் அடங்கும். ஏனென்றால் அவை மனித தூண்டுதலால் பேரழிவுகளை ஏற்படுத்துகின்றன. மனிதனால் உருவாக்கப்பட்ட ஆபத்துகள் சில நேரங்களில் மானுடவியல் அபாயங்கள் என்று அழைக்கப்படுகின்றன. எடுத்துக்காட்டுகளில் குற்றவியல், சமூக

அமைதியின்மை, கூட்ட நெரிசல், தீ, போக்குவரத்து விபத்துக்கள், தொழில்துறை விபத்துக்கள், மின் தடைகள், எண்ணெய் கசிவுகள், பயங்கரவாத தாக்குதல்கள் மற்றும் அணு வெடிப்புகள் / அணு கதிர் வீச்சு ஆகியவை அடங்கும். பேரழிவு தரும் காலநிலை மாற்றம், அணுசக்தி போர் மற்றும் உயிரி பயங்கரவாதம் ஆகியவையும் இந்த வகைக்குள் அடங்கும்.

காலநிலை மாற்றம் மற்றும் சுற்றுச்சூழல் சீரழிவு சில நேரங்களில் சமூக-இயற்கை ஆபத்துகள் என்று அழைக்கப்படு கின்றன. இவை இயற்கை மற்றும் மனித காரணிகளின் கலவையை உள்ளடக்கிய அபாயங்கள். அனைத்து பேரழிவுகளும் மனிதனால் உருவாக்கப்பட்டதாக கருதப்படலாம், ஏனெனில் சரியான அவசர கால மேலாண்மை நடவடிக்கைகளை அறிமுகப்படுத்தத் தவறியது.

வறட்சி, வெள்ளம், தீ அல்லது கொள்ளைநோய் போன்றவற்றால் பஞ்சங்கள் உள்நாட்டில் ஏற்படலாம். நவீன காலத்தில் உலக அளவில் உணவு அதிகம் உள்ளது. நீண்டகால உள்ளூர் பற்றாக் குறைகள் பொதுவாக அரசாங்கத்தின் தவறான நிர்வாகம், வன்முறை மோதல்கள் அல்லது தேவைப்படும் இடங்களில் உணவை விநியோகிக்காத பொருளாதார அமைப்பு ஆகியவற்றால் ஏற்படுகிறது.

ஒரு பேரழிவின் விளைவுகளில் அனைத்து மனித, பொருள், பொருளாதார மற்றும் சுற்றுச்சூழல் இழப்புகள் மற்றும் தாக்கங்கள் அடங்கும்.

அவசரகால நிகழ்வுகள் தரவுத்தளம் (EM-DAT) இயற்கை அபாயங்கள் தொடர்பான பேரழிவுகள் பற்றிய புள்ளி விவரங்களை பதிவு செய் கிறது. 2023 இல், EM-DAT 399 பேரழிவுகளைப் பதிவு செய்தது, இது 20 ஆண்டு சராசரியான 369 ஐ விட அதிகமாகும்.

2016 மற்றும் 2020 க்கு இடையில் மொத்த பொருளாதார இழப்புகள் 293 பில்லியன் டாலர்கள். இந்த எண்ணிக்கை குறைத்து மதிப்பிடப் பட்டதாக இருக்கலாம். பேரழிவுகளின் செலவுகளை துல்லியமாக அளவிடுவது மிகவும் சவாலானது. மேலும் பல நாடுகளில் அதற்கான

வளங்களும் தொழில்நுட்ப திறனும் இல்லை. 1980 முதல் 2020 வரையிலான 40 ஆண்டு காலப்பகுதியில் இழப்புகள் $ 5.2 டிரில்லியன் என மதிப்பிடப்பட்டுள்ளது.

2023 ஆம் ஆண்டில், இயற்கை ஆபத்து தொடர்பான பேரழிவுகளால் 86,473 பேர் உயிரிழந்தனர் மற்றும் 93.1 மில்லியன் மக்கள் பாதிக்கப்பட்டனர். இறப்புகளின் எண்ணிக்கை 20 ஆண்டு சராசரியான 64,148 ஐ விட அதிகமாக இருந்தபோதும், பாதிக்கப்பட்ட எண்ணிக்கை 20 ஆண்டு சராசரியான 175.5 மில்லியனை விட மிகக் குறைவாக இருந்தது.

ஐக்கிய நாடுகள் சபையின் அறிக்கையின்படி, 1970 முதல் 2019 வரையிலான காலக்கட்டத்தில் 91% இறப்புகள் வளரும் நாடுகளில் நிகழ்ந்தன. இந்த நாடுகளில் ஏற்கனவே இந்த நிகழ்வுகளுக்கு அதிக பாதிப்பு மற்றும் குறைந்த பின்னடைவு உள்ளது, இது ஆபத்துகளின் விளைவுகளை மோசமாக்குகிறது.

வறட்சி, வெள்ளம் மற்றும் சூறாவளி போன்ற ஆபத்துகள் இயற்கையாக நிகழும் நிகழ்வுகள். இருப்பினும், காலநிலை மாற்றம்

இந்த ஆபத்துக்களை மேலும் நம்பமுடியாததாகவும், அடிக்கடி மற்றும் கடுமையானதாகவும் மாற்றியுள்ளது. இதனால் அவை பேரிடர் அபாயங்களுக்கு பங்களிக்கின்றன. காலநிலை மாற்றத் திற்கு அதிக பங்களிப்பை வழங்கும் நாடுகள் பெரும்பாலும் விளைவுகளை உணரும் மிகக் குறைந்த ஆபத்தில் உள்ளன. 2019ஆம் ஆண்டு நிலவரப்படி, தனிநபர் பாதிப்பு அதிகம் உள்ள நாடுகள் தனிநபர் குறைந்த அளவு உமிழ்வை வெளியிடுகின்றன, இன்னும் அதிக வறட்சி மற்றும் தீவிர மழைப்பொழிவை அனுபவிக்கின்றன.

பேரிடர் அபாயக் குறைப்பு என்பது பேரழிவுகள் நிகழும் வாய்ப்பைக் குறைப்பதை நோக்கமாகக் கொண்டுள்ளது. DRR அல்லது பேரழிவு இடர் மேலாண்மை என்றும் அழைக்கப்படும் அணுகுமுறை, பேரழிவுகள் நிகழும்போது அவை குறைவான சேதத்தை ஏற்படுத்துவதை நோக்கமாகக் கொண்டுள்ளது. DRR ஆனது சமூகங்களை வலுவாகவும், பேரிடர்களை கையாளுவதற்கு சிறப்பாக தயாராகவும் மாற்றுவதை நோக்கமாகக் கொண்டுள்ளது. தொழில்நுட்ப அடிப்படையில், இது அவர்களை அதிக மீள்தன்மை கொண்டதாக அல்லது குறைவாக பாதிக்கப்படக்கூடியதாக மாற்று வதை நோக்கமாகக் கொண்டுள்ளது. DRR வெற்றிகரமாக இருக்கும் போது, அது பேரழிவுகளின் விளைவுகளைத் தணிப்பதால், சமூகங் களை பாதிக்கப்படக்கூடியதாக ஆக்குகிறது.

இதன் பொருள் DRR அபாயகரமான நிகழ்வுகளைக் குறைக்கும் மற்றும் குறைவான தீவிரத்தை ஏற்படுத்தும். காலநிலை மாற்றம் கால நிலை அபாயங்களை அதிகரிக்கலாம். எனவே வளர்ச்சி முயற்சிகள் பெரும்பாலும் டிஆர்ஆர் மற்றும் காலநிலை மாற்ற தழுவல் ஆகியவற்றை ஒன்றாக கருதுகின்றன. வளர்ச்சி மற்றும் மனிதாபி மானப் பணிகளில் கிட்டத்தட்ட அனைத்துப் பகுதிகளிலும் ம்யூயூஜச் சேர்க்க முடியும். உள்ளூர் சமூகங்கள், ஏஜென்சிகள் அல்லது மத்திய அரசாங்கங்களைச் சேர்ந்தவர்கள் அனைவரும் ம்யூயூ உத்திகளை முன்மொழியலாம். DRR கொள்கைகள் வெவ்வேறு கால அளவுகள் மற்றும் உறுதியான இலக்குகள், குறிகாட்டிகள் மற்றும் நேர பிரேம்களில் இலக்குகள் மற்றும் நோக்கங்களை வரையறுப்பதை நோக்கமாகக் கொண்டுள்ளன.

பேரிடர் பதில் என்பது ஒரு பேரிடருக்கு முன், போது அல்லது உடனடியாக எடுக்கப்பட்ட செயல்களைக் குறிக்கிறது. உயிர்களைக் காப்பாற்றுதல், ஆரோக்கியம் மற்றும் பாதுகாப்பை உறுதி செய்தல் மற்றும் பாதிக்கப்பட்ட மக்களின் வாழ்வாதாரத் தேவைகளைப் பூர்த்தி செய்வதே இதன் நோக்கமாகும். தற்காலிக புயல் வடிகால் அல்லது மாற்று அணைகளை கட்டுவது இதற்கு உதாரணம். மக்களை உயிருடன் வைத்திருக்கவும், அவர்களின் ஆரோக்கியத்தை மேம்படுத்தவும், அவர்களின் மனஉறுதியை ஆதரிப்பதற்கும் உடனடி உதவியை வழங்குவதை அவசரகால பதில் நோக்கமாகக் கொண்டுள்ளது. அகதிகளுக்கு போக்குவரத்து, தற்காலிக தங்கு மிடம் மற்றும் உணவு போன்ற குறிப்பிட்ட ஆனால் வரையறுக்கப் பட்ட உதவிகளை உள்ளடக்கியிருக்கலாம். அல்லது முகாம்கள் மற்றும் பிற இடங்களில் அரை நிரந்தர குடியேற்றங்களை ஏற்படுத்துவது இதில் அடங்கும். இது உள்கட்டமைப்பிற்கு சேதம் ஏற்படுவதற்கான ஆரம்ப பழுதுகளை உள்ளடக்கியிருக்கலாம் அல்லது அதை திசை திருப்பலாம்.

பதிலளிப்பு கட்டமானது மக்களைப் பாதுகாப்பாக வைத்திருப்பது, அடுத்த பேரழிவுகளைத் தடுப்பது மற்றும் நிரந்தரமான மற்றும் நிலை யான தீர்வுகள் கிடைக்கும் வரை மக்களின் அடிப்படைத் தேவை களைப் பூர்த்தி செய்வதில் கவனம் செலுத்துகிறது. பேரழிவு நடந்த அரசாங்கங்களுக்கு இந்தத் தேவைகளை நிவர்த்தி செய்யும் முக்கிய பொறுப்பு உள்ளது. பேரிடர் மேலாண்மை சுழற்சியின் இந்த கட்டத்தில் மனிதாபிமான அமைப்புகள் பெரும்பாலும் உள்ளன. முழுமையான பதிலளிப்பதற்கான ஆதாரங்கள் அரசாங்கத்திடம் இல்லாத நாடுகளில் இது குறிப்பாக உள்ளது.

●

ஒரு பேரழிவை எந்த அளவிலும் ஒரு சமூகம் அல்லது சமூகத்தின் செயல்பாட்டின் தீவிரமான சீர்குலைவு என்று ஐ.நா வரையறுக் கிறது. சில மனித தோல்விகள் சமூகங்களை காலநிலை அபாயங் களுக்கு ஆளாக்குகின்றன. இவை மோசமான திட்டமிடல் அல்லது மேம்பாடு அல்லது தயாரிப்பின் பற்றாக்குறை.

பேரழிவுகள் மக்கள் மீது தாக்கத்தை ஏற்படுத்தும் நிகழ்வுகள். ஒரு சமூகத்தை மூழ்கடிக்கும் அல்லது காயப்படுத்தும் ஆபத்து பேரழிவாக கருதப்படுகிறது. சர்வதேச பேரிடர் தரவுத்தளமான EM-DAT ஒரு பேரழிவை உள்ளூர் திறனைக் குறைக்கும் ஒரு சூழ்நிலை அல்லது நிகழ்வு, தேசிய அல்லது சர்வதேச அளவில் வெளிப்புற உதவிக்கான கோரிக்கையை அவசியமாக்குகிறது; இது ஒரு எதிர்பாராத மற்றும் பெரும்பாலும் திடீர் நிகழ்வாகும், இது பெரும் சேதம், அழிவு மற்றும் மனித துன்பங்களை ஏற்படுத்துகிறது. ஒரு பேரழிவின் விளைவுகள் அனைத்து மனித, பொருள், பொருளாதார மற்றும் சுற்றுச்சூழல் இழப்புகள் மற்றும் தாக்கங்கள் அடங்கும்.

பேரழிவின் அளவு முக்கியமானது. சிறிய அளவிலான பேரழிவுகள் உள்ளூர் சமூகங்களை மட்டுமே பாதிக்கின்றன. ஆனால் பாதிக்கப்பட்ட சமூகத்திற்கு அப்பால் உதவி தேவை. பெரிய அளவிலான பேரழிவுகள் பரந்த சமுதாயத்தை பாதிக்கின்றன மற்றும் தேசிய அல்லது சர்வதேச உதவி தேவை.

பேரிடர்களை இயற்கை அல்லது மனிதனால் உருவாக்கப்பட்டவை என்று பிரிப்பது வழக்கம். சமீபகாலமாக இயற்கை, மனிதனால் உருவாக்கப்பட்ட மற்றும் மனிதனால் துரிதப்படுத்தப்பட்ட பேரழிவுகளுக்கு இடையேயான பிளவை வரைய கடினமாக உள்ளது. புகை மற்றும் அமில மழை போன்ற சில உற்பத்தி பேரழிவுகள் இயற்கையால் தவறாகக் கூறப்பட்டுள்ளன.

எந்த ஒரு மூல காரணமும் இல்லாத சிக்கலான பேரழிவுகள் வளரும் நாடுகளில் மிகவும் பொதுவானவை. ஒரு குறிப்பிட்ட ஆபத்து, பாதிப்பை அதிகரிக்கும் இரண்டாம் நிலை பேரழிவையும் ஏற்படுத்தலாம். ஒரு சிறந்த உதாரணம் சுனாமியை ஏற்படுத்தும் நிலநடுக்கம். இதன் விளைவாக கடலோர வெள்ளம், கடற்கரையில் உள்ள அணுமின் நிலையம் சேதமடைகிறது. ஃபுகுஷிமா அணுசக்தி பேரழிவு ஒரு உதாரணம். ஆபத்துகள் மற்றும் தாக்கங்கள் எவ்வாறு பெருகலாம் மற்றும் பரவலாம் என்பதைப் பார்க்க வல்லுநர்கள் இந்த அடுக்கை நிகழ்வுகளை ஆராய்கின்றனர்.

இயற்கைப் பேரழிவு

இயற்கையாக நிகழும் இடையூறுகளால் சுற்றுச்சூழலுக்கு ஏற்படும் பாதிப்புகளைக் குறிப்பதாகும். (எடுத்துக் காட்டாக, வெள்ளப் பெருக்கு, எரிமலை வெடிப்பு, சூரிய கிளர் கற்றைகள், சூறாவளி, நிலநடுக்கம், மண்சரிவு, சுனாமி, பனிச்சரிவு, வெள்ளம் போன்றவை), இந்தப் பேரழிவால் மிகையான அளவில் பொருட் சேதம், உயிர்ச்சேதம், ஏற்படுவதுடன் சுற்றுச்சூழலும் விவரிக்க இயலாத அளவிற்கு சேதமடைகிறது. இதனால் ஏற்படும் பெரும் நட்டத்தை தாங்கிக் கொள்வது சுலபமல்ல, அதன் சுவடுகள் வாழ் நாள் முழுதும் பாதிப்படைந்தவர்களை துன்பத்திலும், துயரத்திலும் ஆழ்த்தினாலும், ஒரு வகையில் இந்தக் கஷ்ட நஷ்டங்களைத் தாங்கி மீள்வதற்கான செயல்பாடுகளை அந்நாட்டு மக்களும், சமூகமும் எடுக்கும் விரைவான நடவடிக்கைகளை மிகவும் சார்ந்தே, சுற்றுப்புற சூழ்நிலைகளை பழைய நிலைமைக்கு கொண்டு வருவதற்கான மிகச்சிறந்த, தெளிவான வழியாகும்.

அது மட்டுமன்றி, பேரழிவில் இருந்து மீண்டும் எழுவதற்கும், அதைத் துணிந்து போராடுவதற்கும், மக்கள் தன்னம்பிக்கையுடன் அதைப்புச்சத்தியுடன் துணிந்து செயல்படுவது மிகவும் முக்கிய மாகும். மக்களின் ஆதரவு, அவர்கள் திறமையுடனும் விரைவாகவும் எடுக்கும் ஆக்கபூர்வமான செயல்பாடுகள், பதட்டப்படாமல் ஒற்றுமையுடன் செயல்படுதல், நேரம் காலம் பாராமல் அனைவரும் தமது பங்கை அளித்து சிரமங்களைப் பாராமல் செயல்படுவதால் நிலைமையை ஓரளவிற்கு கட்டுப்பாட்டிற்குள் வைத்துக் கொள்ள சாத்தியமாகும், மேலும் நஷ்டங்களையும், பாதிப்புகளையும், ஓரளவிற்கு குறைக்கவும் வழி செய்யலாம்.

நாம் முக்கியமாக புரிந்து கொள்ள வேண்டிய அடிப்படையான கூற்று இதுவேயாகும்: காற்றானது சீற்றமடைந்து ஆலமரத்தையே வேரோடு சாய்ப்பது போலவே, அளவு கடந்த இடர்பாடுகள் ஒரே நேரத்தில் தொடர்ச்சியாக நிகழும் பொழுது, அதுவே பேரழிவாக ஊறுபட்டு பேரழிவுகளுக்கு வித்திடுகிறது. இயற்கையாக எழும் இடர்பாடுகள் சில பாதிப்படையக்கூடிய இடங்களில் மிகையாக

நிகழும்போது மட்டுமே பேரழிவிற்கு வழிவகுப்பதாகக் காணப்படு கிறது, இதற்கு எடுத்துக்காட்டாக குறிப்பிடுவது என்னவென்றால், மக்கள் வசிக்காத இடங்களில் கடுமையான நில நடுக்கம் ஏற்படுவ தில்லை. இவ்விடத்தில் இயற்கை என்ற சொல்லே பிற்பாடு விவாதத்திற்குரியதாக உள்ளது, ஏன் என்றால் அழிவுச் சம்பவங்கள், இடையூறுகள் அல்லது இடர்ப்பாடுகள் அனைத்துமே மனிதர்கள் சம்பந்தப்பட்டு இருந்தால் மட்டுமே அர்த்தமுடையதாயிருக்கும், என்ற விவாதமே. சொல்லப் போனால், மக்கள் வசிக்காத இடங் களில் நடைபெறும் சம்பவங்களைக் குறித்து மனிதர்கள் தெரிந்து கொள்ளாமலும், அக்கறை காட்டாமலும் இருக்கலாம்.

ஓர் இயற்கை இடையூறு என்பது, அதைச் சார்ந்த மக்களையும், சுற்றுச் சூழலையும் எதிர்மறை விளைவுகளுடன் பாதிக்கும் தன்மை யுடைய அபாயங்களை அல்லது அச்சுறுத்தல்களைக் குறிக்கும் ஒரு நிகழ்வாகும். பல இயற்கையான இடையூறுகள் ஒன்றுடன் ஒன்று என தொடர்பு கொண்டவையாகும், உதாரணமாக, நிலநடுக்கம் காரணமாக சுனாமி உருவாகலாம், வறட்சியின் விளைவாக நேரடியாக பஞ்சம், பஞ்சமும் அதனுடனேயே சேர்ந்து கொள்ளை நோய், கொள்ளை நோயும் தொற்றலாம். 1906 ஆம் ஆண்டில் ஸான் பிரான்ஸிஸ்கோவில் நிகழ்ந்த நிலநடுக்கம் ஓர் பேரழிவாகும், ஆனால் பொதுவாக நடைபெறும் நிலநடுக்கங்கள் இடையூறாக அமைவதே பேரழிவிற்கும், இடர்ப்பாட்டிற்கும் இடையே நிலவும் பாகுபாட்டை விளக்கும் ஒரு வலுவான எடுத்துக்காட்டாகும். இடையூறுகள் பிற்பாடு வரப்போகும் எதிர்கால நிகழ்ச்சிகளோடு தொடர்பு கொண்டிருக்கும், பேரழிவுகள் கடந்த காலத்துச் சம்பவங்கள் அல்லது நடப்புச் சம்பவங்களோடு தொடர்பு கொண்டிருக்கும்.

பனிச்சரிவு

குறிப்பிடத்தகுந்த பனிப்பாறை சரிவுகள் பின்வருவனவாகும்.

1910 ஆம் ஆண்டு வேல்லிங்க்டன் பனிப்பாறை சரிவு

1954 ஆம் ஆண்டு ப்லோன்ஸ் பனிப்பாறை சரிவு

1970 ஆம் ஆண்டு ஆன்காஷ் நிலநடுக்கம்

1999 ஆம் ஆண்டு கால்டுர் பனிப்பாறை சரிவு

2002 ஆம் ஆண்டு கொல்கா-கர்மடோன் பாறை பனி சரிவு

நிலநடுக்கங்கள்

புவி ஓட்டில் திடுமென எதிர்பாராமல் ஏற்படுகின்ற அசைவே நிலநடுக்கமாகும். அதன் அலைஅதிர்வுகள் பரும அளவில் மாறு படும். நில நடுக்கத்திற்கு காரணமாக அமைந்த நிலத்தின் அடியிலான (கீழான) பிறப்பிடத்தினை 'குவியம்' என்றழைப்பர். அந்த குவியத்தின் நேர் மேலுள்ள முனையினை 'அதிர் மையம்' என்றழைப்பர். அவ்வாறு நில நடுக்கங்கள் ஏற்படும் பொழுது மக்களையோ அல்லது விலங்குகளையோ அது பாதிப்பதில்லை. நிலநடுக்கத்தின் காரண மாக, இரண்டாம் பட்ச நிகழ்வுகளான கட்டிடங்கள் பாழடைந்துச் சரிதல், காட்டுத்தீ பரவுதல், சுனாமி உருவாகுதல், எரிமலை வெடித்தல் போன்ற நிகவுகளின் பின்னணியில் மக்களுக்கு பேரழிவு களுடன் பேரிழப்பும் நேரிடுகிறது. பலமான கட்டிடங்களைக் கட்டுவது, சிறப்பான பாதுகாப்பு முறைகளை செயல் படுத்துவது, ஆரம்ப காலத்திலேயே எச்சரிக்கை செய்வது, முன்னதாகவே மக்களை இடம் பெயருவதற்கான முன்னேற்பாடுகளை திட்ட மிட்டு செயல்படுத்துவது, ஆகிய சீரான நடவடிக்கைகள் மூலம் இது போன்ற பேரழிவு இடர்பாடுகளில் இருந்து ஓரளவிற்கு தடுக்கவோ அல்லது தவிர்க்கவோ முனையலாம். எனவே இயற்கையல்லாத பேரழிவு என்ற கூற்று சட்டப்படி வாத ஆதாரமற்ற ஏற்றுக்கொள்ள முடியாத கூற்றாகும்.

நிலவியல் குறைபாடுகள் ஒன்று சேர்ந்து ஒரே இடத்தில் குவிந்து விட, அவை யாவற்றையும் ஒரே நேரத்தில் உடனுக்குடன் வெளியேற்றும் இயற்கை நிகழ்வுகளால் நில நடுக்கங்கள் ஏற்படுகின்றன.

சமீப காலங்களில் நிகழ்ந்த மிகக் குறிப்பிடத்தக்க நிலநடுக்கங் களாவன:

- *2004* ஆம் ஆண்டில் நிகழ்ந்த இந்தியப் பெருங்கடல் நிலநடுக்கம் வரலாற்றில் இரண்டாம் மிகப்பெரிய நிலநடுக்கமாக, குறித்த

தருணத்தில் 9.3 என்ற அளவில் பதிவானது. இந்த நிலநடுக்கம் தூண்டிவிட்ட பெரும் சுனாமி ஆழிப் பேரலை காரணமாக 229,000க்கும் மேற்பட்ட மக்கள் மரணமடைந்தார்கள்.

- 2005 ஆம் ஆண்டு காஷ்மீர் நிலநடுக்கம், அதன் அளவு 7.6-7.7 என்றிருக்க, பாகிஸ்தானில் 79,000 பேர்கள் அகால மரண மடைந்தார்கள்.
- 7.7 பருமனளவு கொண்ட ஜூலை 2006 ஆம் ஆண்டு ஜாவா நிலநடுக்கம், சுனாமி ஆழிப் பேரலைகளை முடுக்கிவிட்டது.
- அதேபோல் 7.9 பருமனளவில் மே 27, 2008 அன்று சிசுவான் நிலநடுக்கம் சீனாவில் சிசுவான் பிரதேசத்தில் நிகழ்ந்தது. மே 27, 2008 அன்று 61,150க்கும் மேற்பட்டவர்கள் மாண்டார்கள்.

லாஹர்ஸ்

லாஹர் என்பது ஒரு எரிமலைச் சேற்றுப் பெருக்கமாகும் அல்லது நிலச்சரிவாகும். அதனால் நிலச்சரிவும் நிகழ்வதுண்டு. 1953ஆம் ஆண்டில் 'டாங்கிவாய் பேரிழப்பு' ஒரு லாஹாரால் நிகழ்ந்தது. அதே போல் ஆர்மிரோ பெருந்துன்பம் என்ற பேரழிவின் போது ஆர்மிரோ நகரம் முழுதும் புதையுண்டதுடன் 23000 பேர்கள் அதில் சிக்கி மடிந்தனர்.

நிலச்சரிவுகளும் சேற்றுப் பெருக்கமும்

இவை கலிபோர்னியா பகுதிகளில் கனமழை பெய்து முடிந்த காலத்தில் தவறாமல் அடிக்கடி நிகழ்பவையாகும்.

எரிமலை வெடித்துச் சிதறுதல்

எரிமலை வெடித்துச் சிதறும் நிகழ்வே பேரழிவாகலாம், அல்லது அக்கினிப் (தீப்பாறைகள்) பாறைகள் வீழ்வதும் பேரழிவாக உள்ளது. அப்படி மிகையானவை வெடித்துச் சிதறியதும் பற்பல விளைவுகள் தோன்றிட அது மானிட வாழ்க்கைக்கு ஊறுபயக்கின்றது.

ஒரு எரிமலை வெடித்து பேரழிவாக சிதறும்போது 'லாவா' தீக்குழம்பு வெளிப்படும். அதில் மிகையான வெப்பத்துடன் கூடிய உள்ளிருக்கும் பாறைகளும் இருக்கும். அதனுள் பல்வேறு வேறு

பட்ட வடிவங்கள் மென்மைத் துகளாகவும், பிசு பிசுப்பாகவும் இருக்கும். இது எரிமலையில் இருந்து சிதறும் போது எதிரில் காணும் கட்டடங்கள் மற்றும் தாவரங்கள் எல்லாவற்றையும் பொசுக்கி அழித்து விடும்.

எரிமலை சாம்பல் - என பொதுவாக பொருள்படுவது- குளிர்ந்த படி சாம்பல் மேகமாக வடிவு எடுக்கும், அருகிலுள்ள பகுதிகளில் அடர்ந்து தங்கிவிடும். நீருடன் கலந்தவுடன் 'திண்காறை' போல ஒரு கட்டியான பொருளாகி விடும். போதுமான அளவில் இத்தகைய சாம்பல் அதன் எடையால் மேல் கூரையையே நொறுக்கிவிடும். சிறிதளவு சுவாசித்தாலே போதும், உடல் ஆரோக்கியத்தை முழுமை யாக பாதித்து விடும். அந்த சாம்பலில் பொடித்த கண்ணாடித்தூள் கலந்து உள்ளதால் எஞ்சின் போல அசையும் உள்பகுதிகள் உராய்ந்து பாதிப்படையும்.

உன்னத அக்கினி மலைகள் : டோபா பேரழிவு கோட்பாட்டின்படி 70 முதல் 75 ஆயிரம் வருடங்கள் முன்னர் டோபா ஏரியில் நிகழ்ந்த உன்னத எரிமலை சீற்றம் காரணமாக மக்கள் தொகை பத்தாயிரம் மக்கள் அல்லது ஆயிரம் உற்பத்தி ஜோடிகள் என்று குறுகியதால் மனித படிமலர்ச்சியில் ஒரு இக்கட்டான நிலை உருவானது. அது வட கோளரங்கத்திலுள்ள முக்கால் வாசி அளவு தாவர இனங்களை யும் அழித்தது. உன்னத அக்கினி மலை கக்கும் சாம்பல் அதிவிரை வாக கார்மேகம் போல் படர்ந்து உலகெங்கும் தட்ப வெப்ப சீதோஷ்ண நிலையில் பல நூற்றாண்டுகளுக்கு பாதிக்கும் தன்மை கொண்டதாகும்.

பழம் பாறைகளின் துண்டுகளிலிருந்து ஒழுகும் உஷ்ண ஊற்றுகளில் நிரம்பி உள்ளதெல்லாம் வெப்ப எரிமலையின் சாம்பலாகும். அது வாயு மண்டலத்தில் ஊடுருவி பரவி தன்னுடைய எடை, ஆற்றொழுக்கு இரண்டாலும் விரிவடைந்து போகும் பாதையில் எதிர்கொள்ளும் பொருட்கள் யாவையும் எரித்துத் தள்ளுகிறது. ஒரு எரிமலைத் துண்டின் உஷ்ண ஊற்று ஒழுக்கே, மும்பை முற்றிலுமாக சீரழிந்து போனதற்கு முக்கிய காரணம் என்று நம்புகிறார்கள்.

பெரு வெள்ளம்

வரலாற்றுப் பதிவுகளில் இடம் பெற்ற மக்களை வெகுவாக பாதித்த ஒரு சில மிக குறிப்பிடத்தக்க வெள்ளங்கள் ஆவன:

ஹுவாங் ஹ என வழங்கும் சீனாவின் புகழ் பெற்ற மஞ்சள் ஆறு அடிக்கடி வெள்ளப் பெருக்கெடுத்து ஓடுவதற்கு பிரபலம் அடைந்த தாகும். 1931 ஆம் ஆண்டில் நிகழ்ந்த மிகப் பெரிய வெள்ளம் காரணமாக 800,000 முதல் 4,000,000 மக்கள் இறந்தனர்.

அமெரிக்க ஐக்கிய நாடுகளில் 1993 ஆம் ஆண்டில் நிகழ்ந்த பெரிய வெள்ளம் வரலாற்றில் இடம் பெற்ற பெரும் அளவில் மக்களை பாதித்து அதிக அளவில் நஷ்டம் விளைவித்த ஒரு நிகழ்வாகும்.

1998 ஆம் ஆண்டில் சீனாவின் யாங்சே ஆற்றின் வெள்ளப் பெருக்கு பெரும் பேரழிவாக பதினான்கு மில்லியன் மக்களை பாதித்து வீடு வாசல் அனைத்தையும் இழக்க நேர்ந்தது.

2000 ஆம் ஆண்டில் நிகழ்ந்த மொசாம்பிக் பெருவெள்ளம் நாட்டின் பெரும்பான்மையான நிலப்பகுதிகளை மூன்று வாரங்களுக்கும் மேல் முழுமையாக மூழ்கடித்தது, அதன் விளைவாக பல ஆண்டு களுக்கு அந்த நாடு சீரழிந்து தலை தூக்க இயலாத நிலைமை ஏற்பட்டது.

வெப்ப மண்டலங்களில் ஏற்படும் சூறாவளிக்காற்று பொங்கும் புயல் பேரலை எழுச்சியுடன் கூடிய விரிவான வெள்ளப்போக்கை, பின்வரும்படி, பல இடங்களில் ஏற்படுத்தியது:

போலா சூறாவளிக்காற்று கிழக்கு பாகிஸ்தான், பாகிஸ்தானை அதாவது தற்சமயம் பங்களாதேஷ் நாட்டை 1970 ஆம் ஆண்டில் மிக மோசமாக வீசி தாக்கியது.

1975 ஆம் ஆண்டு சீனாவை தைபூன் நினா என்ற சூறாவளி தாக்கியது.

வெப்ப மண்டல சூறை அள்ளிசண் 2001 ஆம் ஆண்டில் டெக்சாஸ் மாநிலத்திலுள்ள ஹியூஸ்டன் நகரத்தை கடுமையாக தாக்கியது.

கத்ரீனா சூறாவளி நியூ ஓர்லீன்ஸ் எனும் மாகாணத்தையே முற்றிலுமாக 2005 ஆம் ஆண்டில் நீரில் மூழ்கடித்தது. 'லேவீ' எனப்படும் தடுப்புக்கரையை சரிவர அமைப்பதில் தோல்வி கண்டதால், அந்த மாநிலத்தில் மிகையான வெள்ளப் பெருக்கு ஏற்பட்டு மாநிலத்தையே சீர்குலைய வைத்தது.

ஏரி வெடித்துக் கிளம்புதல்

ஏரி வெடித்து நீர்ப்பெருக்கு ஏற்படுவதுண்டு. அதன் காரணம் கரியமில வாயு. $(CO)_2$ எனப்படும் கரியமில வாயு ஏரியின் ஆழத்தில் இருந்து வெடித்து நீர் பொங்கி வருவதாகும், இதன் விளைவாக வனவிலங்குகள், கால்நடைகள், மனிதர்கள் யாவரும் பிராண வாயு இல்லாததால், மூச்சுத் திணறல் ஏற்பட்டு பாதிப்பு அடையலாம். அப்படி ஏரியில் இருக்கும் நீரை இடம் பெயர்த்து, கரியமில வாயு வெடித்துக் கிளம்பும் சம்பவத்தால் ஏரியில் சுனாமி ஏற்படும் வாய்ப்புகள் உள்ளன. நிலச்சரிவுகள், எரிமலை சீற்றம் அடைவது அல்லது வெடித்துச் சிதறுதல் ஆகிய எதிர்வினைகளை இது போன்ற ஏரி வெடிப்பு சம்பவங்கள் முடுக்கி விடுவதாக அறிவியல் நிபுணர்கள் நம்புகிறார்கள்.

இதுநாள் வரை, இரண்டே இரண்டு ஏரி வெடிப்பு நிகழ்வுகள் மட்டுமே கவனத்திற்கு உட்பட்டு பதிவாகியுள்ளது.

1984 ஆம் ஆண்டில், கமரூன், பகுதியில் ஏரி மொனௌன் என்ற ஏரியில் நிகழ்ந்த வெடிப்பின் காரணம் அருகில் வாழ்பவர்கள் 37 பேர் மரணமடைந்தார்கள்.

அதன் அருகில் ஏரி ந்யோஸ் என்ற ஏரியில் 1986 ஆம் ஆண்டில் நடந்த பெரும் வெடிப்பில் 1,700 முதல் 1,800 பேர்கள் மூச்சு திணறல் ஏற்பட உயிர்துறந்தனர்.

சுனாமிகள் 'ஆழிப் பேரலைகள்'

கடலுக்குள் நிலநடுக்கம் சுனாமியாக திரிந்துவிடும், அப்படி ஒரு சம்பவம் ஆஓ நங், தாய்லாந்து அலாஸ்கா நாட்டில் 2004 ஆம் ஆண்டு இந்தியன் பெருங்கடலின் நிலநடுக்கம் நிகழ்ந்தது. சில நேரங்களில் நிலச்சரிவு நிகழ்வுகளும் இதற்கு வித்திட்டு அதனால் நடந்த நிகழ்வுகள்: அலாஸ்காவின் லிடுய விரிகுடாவில் நடந்தது.

ஆஓ நங், தாய்லாந்து (2004). 2004 ஆம் ஆண்டில் இந்தியன் பெருங்கடல் நில நடுக்கம் காரணமாக குத்துச் சண்டை நாள் சுனாமி ஏற்பட்டு அவ்விடத்தில் பேரழிவை ஏற்படுத்தியது.

லிடுய விரிகடல், அலாஸ்கா (1953). ஒரு பெரிய அளவு சுனாமி இங்கு நடந்தது. அதுவே பதிவு செய்ததில் மிகப்பெரும் நிகழ்வாகும்.

இது நில அசைவு அட்டவணை அதற்குள் இடம் பெறும் வகையாகும், ஏன் எனில் இது நில நடுக்கத்தோடு தான் இது ஆரம்பமாயிற்று.

வானிலை பேரழிவுகள்

பனிப்புயல்கள்

அமெரிக்க ஐக்கிய நாடுகளில் வீசிய முக்கியமான பனிப்புயல்கள் ஆவன:

1888 ஆம் ஆண்டில் வீசிய மிகப்பெரும் பனிப்புயல்

பள்ளி வீடு பனிப்புயல் அதே வருடம் முன்கூட்டியே வீசியது.

அர்மிச்டிசே டே

பனி சூறாவளி, அர்மிச்டிசே நாள் பனிப்புயல் - 1940 ஆம் ஆண்டு நிகழ்வு

1993 ஆம் ஆண்டு நூற்றண்டின் புயல்

சூறாவளிப் புயல்கள்

சைக்ளோன் சூறாவளி, டிரபிகள் அயன மண்டல சூறை, ஹரிகேன் சுழல்காற்று, தைபூன் சண்டமாருதம் ஆகிய புயல்கள் எல்லாமே அரிய இயல் நிகழ்ச்சிகளாகும். சூறாவளி புயல் வீசுவது அனைத்தும் கடல்பரப்பின் மேல் நடைபெறுகிறது. 1970 ஆம் ஆண்டில் நிகழ்ந்த போலா சூறாவளி மிகவும் கடுமையானதாகும், அதை விட பயங்கர மான சூறாவளி அட்லாண்டிக் சூறைக்காற்று 1780 ஆம் ஆண்டில் மார்டிநிக்குயூ செயின்ட் யூச்டேடுயஸ் மற்றும் பார்படாஸ் ஆகிய இடங்களை தாக்கியதாகும். 2005 ஆம் ஆண்டில் வீசிய கத்ரினா புயலானது அமெரிக்க ஐக்கிய நாடுகளின் கடலோர வளைகுடா பகுதியை முற்றிலுமாக அழித்தது.

வறட்சி

வரலாற்றில் பதிவுபெற்ற மக்களை மிகவும் பாதித்த வறட்சிக் காலங்கள் ஆவன:

1900 ஆம் ஆண்டு இந்தியாவை தாக்கிய வறட்சி - 250,000 முதல் 3.25 மில்லியன் மக்களை பலி வாங்கியது.

1921-22 ஆம் ஆண்டு சோவித் யூனியன் வறட்சிகள் - 5 மில்லியன் பேர்களை பட்டினியால் மடியச் செய்தது.

1928-30 ஆம் ஆண்டுகளில் வடமேற்கு சீனா வறட்சியால் வாடிய பொது, 3 மில்லியன் பேர்களுக்கும் மேலாக பஞ்சத்தில் மாண்டனர்.

1936 மற்றும் 1941 ஆம் ஆண்டுகளில் சிசுவான் மாகாணம் - சீனாவில் - 5 மில்லியன் மற்றும் 2.5 மில்லியன் மரணங்களை முறையே சம்பவித்தது.

2006 ஆம் ஆண்டில் மேற்கு ஆஸ்திரேலியா, நியூ சவுத் வேல்ஸ், விக்டோரியா, விக்டோரியா மற்றும் க்வீன்ஸ்லாந்து ஆகிய ஆஸ்தி ரேலிய மாகாணங்கள் யாவும் ஐந்து முதல் பத்து வருடங்கள் வறட்சியில் வாடித் தவித்தன. முதல்முறையாக, வறட்சியானது பெருநகர மக்களை மிகவும் பாதித்தது.

2006 ஆம் ஆண்டு சிசுஅன் மாகணம் சீனா நவீன காலத்தில் கடுமை யான வறட்சியின் பிடியில் சிக்கித் தவித்த அனுபவம் பெற்றது. எட்டு மில்லியன் மக்கள், மற்றும் ஏழு மில்லியன் கால்நடைகள் யாவும் தண்ணீர் பற்றாக்குறையால் வாடின.

ஆலங்கட்டி மழைப்புயல்

மழைப் புயல் அல்லது கல்மாரி பெய்யும் பொழுது பனிகட்டியாக உரு எடுப்பதால் 'ஆலங்கட்டி' மழை எனவும் கூறுவதுண்டு. குறிப்பாக பாதிப்புடன் கூடிய பனிமழை தாக்கிய பகுதிகள்: முனிச், ஜெர்மனி ஆகஸ்ட் 31, 1986ஆம் ஆண்டு, ஆயிரக்கணக்கான மரங்கள் விழுந்தன. மற்றும் பல மில்லியன் டாலர்கள் இன்சூரன்ஸ் காப்பீடு தொகையாக வழங்கப் பெற்றது.

வெப்ப பேரலைகள்

சமீப வரலாற்றில் வீசிய மோசமான வெப்ப பேரலை யாதெனில் 2003 ஆம் ஆண்டில் ஐரோப்பியன் வெப்ப அலை ஆகும்.

விக்டோரியா ஆஸ்திரேலியாவில் வீசிய வெப்ப அலை நிகழ்வில் பெருமளவு முட்புதர் தீ 2009 ஆம் ஆண்டு மூண்டது. மெல்போர்ண் நகரத்தில் மூன்று தினங்களுக்கு மேலாக அதிக வெப்ப நிலையை உணர்ந்தது, வெப்பத்தின் அளவு 43°C க்கும் மிகையாக இருந்தது.

சுழல் வளிகள்

சூப்பர் செல் சுழல் வளிகள்

சூப்பர் செல் சுழல் வளிகள் மிக வன்மையான சுழல்காற்றாகும். அது இடியுடன் சேர்ந்து வருவதால், சூப்பர் செல் சுழல் வளியானது நெடுநேரம் இடி ஒலி கலந்து வருவதுடன் வளியை அல்லது காற்றை தொடர்ந்து வேகமாக மேல் நோக்கி சுழற்ற வைக்கும். இப்புயல் காற்றுகள் அதிகபட்சமாக சுழல் வளியினை உருவாக்கும் இயல்பு படைத்ததாகும். இவ்வகையில் ஒரு சில காற்றுகள் பெரியதொரு ஆப்பு வடிவத்தில் கம்பீரமாக அமைந்திருக்கும். சூப்பர் செல் இடிப்புயலானது அடைஅடுக்கு அல்லது பாளம் அதன் கீழ்ப்புறம் தொங்கிக் கொண்டிருக்கும். அதற்கு பெயர் 'சுவர் மேகம்' ஆகும். அது அடுக்கு பாளமாகவே தோற்றமளிக்கும். மேகம் அதன் கீழ்ப்புறம் அடியில் தொற்றிக் கொண்டிருப்பது போலுள்ள தோற்றத்துடன் அமைந்திருக்கும். பாளத்தின் ஒரு புறம் மழை இன்றி இருக்கும், மறுபுறம் அடர்ந்த அம்பு அல்லது ஈட்டி போல மழை பொழிந்து தோன்றும். சூப்பர் செல் சுழலும் மேல்பகுதியை ரேடார் மாயத்தாற்றங்களில் தோன்றி, அது 'உள்ளிழை சூறாவளி' என்று வழங்குகிறது.

சூரைகாற்றுகள் சூப்பர் செல்லுடன் இடியோடு சேர்ந்து வரும் போது தரையில் நெடுநேரம் தொடர்பு கொண்டிருக்கும் ஒரு மணி அதற்கும் மேலாக! மற்ற வகை சூறாவளிகள் போல வன்மை மிக அதிகம் படைத்திருக்கும். அதனால் மணிக்கு இருநூறு மைல் வேகத்தில் வீசும்.

நிலத்தாரை

பொதுவாகவே நிலத்தாரை சூப்பர் செல் சூறாவளியை விட பலம் குறைந்ததாகும். அதனுடன் சுவர்மேகம் மற்றும் உள்ளிழை சுழல் காற்று சேர்ந்து இருக்காது. முகில் திரள் குவியல்கள் கோபுரம் போலிருக்கும். அதை திரள் கார்முகிலின் அடியில் ஒருவேளை காண நேரிடலாம். அந்த நிலத்தாரை ஒரு இடத்தின் நீர்த்தாரைக்கு சமமான ஒரு நிகழ்வாகும். மழையால் குளிர்ந்து கீழ்நோக்கி செல்லும் இடிமின்னற்புயலின் முன் நுனை ஓரங்களில் அது உருவாகும், அதனை 'வன்காற்றுமுகப்பு' என அழைப்பர்.

வன்காற்றுச்சுழல்

ஒரு வன்காற்றுச்சுழல் வலுவின்றி குறுகிய காலம் நீடிக்கும். இடிப் புயலில் வன்காற்று முகப்பில் தாற்காலிகமாக அடையும் அழுக்குத்து களும், முகில் படிவுகளும் கொண்டு விளங்கும். மிதக்கும் முகிலுடன் தெளிவான தொடர்பு அல்லது சுழற்சி சட்டம் இருப்பது தென் படாமல் போனாலும், இவை துகள் அடைப்பேய்கள் போல் காட்சி தரும்.

நீர்த்தாரை

நீரின் மேலே சுழல்காற்று வீசி வரும்போது தாரையாக தோன்றும். ஒரு சில சூப்பர் செல் இடிப்புயலில் இருந்து வெளிவரும். ஆனால் பல வலு குன்றிய இடிபுயலில் இருந்து தோன்றும் அல்லது விரைவாக வளரும் முகில்திரள்களில் இருந்தும் வரும். நீர் தாரைகள் ஆற்றல் குறைந்து இருப்பதால் அழிவுகளும் குறைவான அளவில் இருக்கும். கத கத என அயன கடல் நீரில் சுமார் ஐம்பது கஜங்கள் அகலத்தில் எப்போதேனும் தோன்றும். அதன் புகை வாயில் தூய்மை வாய்ந்த நீர்த்துளிகள், நீராவி திரவமாற்றம் அடைவதால் அடர்த்தியாக காணலாம், உப்புநீர் கலந்ததாக அது இருக்காது. நீர்த்தாரைகள் வழக்கமாக தரை வந்து சேரும் போது சிதறிவிழும். நிலப்பகுதியை அவை அடைந்ததும் நீர்த்தாரைகள் தமது ஆற்றலை இழந்து மறைந்து விடும்.

கீழே கொடுத்தவை சூறாவளி போன்ற சுழல் காற்று வகையைச் சாரும்.

துகள் அடைப்பேய்கள்

பாலைவனம் அல்லது வறண்ட நிலத்தில் துகள் அடைபேய்கள் வெப்பம் தெளிவாக உள்ள நாட்களில் வரும். சூரியனின் வெப்பம் மிதமாக இருக்கும். பின் காலை அல்லது முன் மதிய நேரங்களில் இவை தோன்றும், தீங்கு செய்யாத வகையில் இவை பெரும்பாலும் பாலைவனத்தில் வீசும் தென்றல் காற்றாகி சுழல் வேகம் கொண்டு சில நேரங்களில் மணிக்கு எழுபது மைல் வேக விகிதத்தில் வீசும். உள்ளுக்குள் இந்தச் சுழல் காற்றுகள் பல வேற்றுமைகள் கொண்ட தாக இருக்கும். இதனுடன் இடிப்புயல் உடன் காற்றுகள் கலந்து வராது. மேகமும் உடன் இருக்காது. வழக்கமாக இது வலுகுறைந்து இருக்கும். அதிலும் வலிமை குன்றிய சுழல்காற்று போல இருக்கும்.

வகைப்படுத்திப் பார்க்கின்ற போது இது ஒரு சில நிமிடங்கள் என வாழ்க்கை சக்கரம் கொண்டு விளங்கும், சில நேரங்களில் அதை விடவும் கூடுதலான காலம் கொண்டு இருக்கும். அதிகம் தீங்கு ஏதும் செய்யாது என்றாலும் சிறிய அளவில் சேதங்கள் ஏற்படுத்த வல்லவை யாகும். சாலைகளில் ஓடுகின்ற வண்டிகளையும், வாகனங்களையும் எல்லாவற்றையும் அவை தாக்கும். காண்போரின் கண்களில் தூசு களையும் கொண்டு வந்து சேர்க்கும்.

தீச் சுழல்கள்

சில நேரங்களில் காடுகளில் பரவும் காட்டுத்தீயானது அல்லது எரிமலை வெடிப்பானது தீ சுழல் காற்றை உருவாக்கும். அது சுற்றி வீசும் போது அனலையும் புகையையும் கக்கும். நெருப்பின் மேல் பரப்பில் பலம் குன்றிய சுழல் அல்லது சுழி காற்றில் உள்ள போது இது நடைபெறும். நெருப்புடன் சுழன்று வரும் காற்றுகள் மணிக்கு நூறு மைல் வேகம் கொண்டு வீசும் என கணக்கிட்டுள்ளது. அவை அந்த அந்த நேரங்களில் தீ சூரைக் காற்றுகள், தீ பேய்கள் அல்லது தீ சுழல்கள் என்று அழைக்கப்படுகின்றன.

தீ

கட்டுக்கு அடங்காத தீ என்பது காட்டு பகுதிகளில் பரவலாக திடுமென தோன்றும். இவை ஏற்படுவதற்கான பொதுவான

காரணங்கள் ஆவன: மின்னல் மற்றும் வறட்சி என்றாலும் மனிதர்களின் அஜாக்கிரதை அதனாலும் கலவரம், சச்சரவுகள் ஏற்படும் போதும் தீப்பிழம்புகள் கொழுந்து விட்டு சூழ்ந்து கொண்டு எரியும். கிராமப்புறப் பகுதிகள் மட்டும் அல்லாமல், அடர்ந்த காட்டுப் பகுதிகளுக்கு இவை ஆபத்தாக அமைந்துவிடும்.

ஒரு குறிப்பிடத் தக்க அம்சமுடன் கட்டுக்கு அடங்காத காட்டுத்தீ 2009ஆம் வருடத்தில் விக்டோரியன் எனப்படும் புதர்த்தீ ஆஸ்திரேலியா தீவு கண்டத்தில் ஏற்பட்டது.

தொற்று நோய்கள்

ஒருவரை ஒருவர் தொடர்பு கொள்ளும்போது சுலபமாக தொற்றிக் கொள்ளும் நோய்கள் மனித மக்கள் தொகையில் அதி விரைவாக, வேகமாக பரவும். பெரும்பரவல் தொற்றுகள் என்பது உலகெங்கிலும் விரைவாகப் பரவும். வரலாற்றில் பலபல தொற்றுகள் வந்துள்ளன. அதில் முக்கியமானது கருப்பு சாவு ஆகும். கடந்த நூற்றாண்டுகளில் முக்கியமான பெரும்பரவல்கள் தொற்றுகள் ஆவன:

- 1918 ஆம் ஆண்டு ஸ்பானிஷ் புளூ பெரும் பரவல்நோய், உலகளவில் 50 மில்லியன் பேர்களை கொன்றுள்ளதாக மதிப்பிட்டுள்ளது.
- 1957-58 ஆம் ஆண்டுகளில் நிகழ்ந்த ஆசியான் புளூ பெரும் பரவல் நோய் ஒரு மில்லியன் பேர்களின் உயிரைக் குடித்ததாக மதிப்பிட்டுள்ளது.
- 1968-69 ஆம் ஆண்டு ஹோாங் காங் புளூ பெரும்பரவல் நோய்
- 2002-3 ஆம் ஆண்டு சரஸ் பெரும்பரவல் நோய்
- எய்ட்ஸ் பெரும்பரவல் நோய், தொடக்கம் 1959 ஆம் ஆண்டு முதல்
- எச் ஒன்று என் ஒன்று இன்பிளுயன்சா பன்றி காய்ச்சல் பெரும் பரவல் நோய் 2009

  பிற நோய்கள் மிக நிதானமாகப் பரவுகின்றன. ஆனால் அவற்றை உலக சுகாதார நிறுவனம் சர்வதேச ஆரோக்கிய ஆபத்து நெருக்கடிகளாகவே கருதப்படுகின்றன.

- எக்ஸ்டிஆர் டி.பி காச நோயின் ஒரு இனப்பிரிவாகும். மருந்து சிகிச்சைகள் அளிப்பதை எதிர்க்கும் தடுப்பாற்றல் பரந்த முறையில் பெற்ற ஒரு வகையாகும்.
- மலேரியா நோய் மதிப்பீட்டின்படி ஒவ்வொரு ஆண்டும் 1.5 மில்லியன் மக்களை கொன்று வருகிறது.
- 'எபோல ஹெமொர்ரஜிக்' காய்ச்சல் நூற்றுக்கணக்கான எண்ணிக்கையில் ஆப்பிரிக்காவில் பலமுறையாக தாக்கி உயிர்ப்பலி வாங்கியுள்ளது.

பஞ்சம்

நவீன காலங்களில் பஞ்சம் துணை-சஹாரா ஆப்பிரிக்கக் கண்டத்துப் பகுதிகளைத் தாக்கியுள்ளது. அப்பஞ்சம் மிக அதிகபட்ச கடுமையானதாகும். அதில் இறந்தோர் எண்ணிக்கை 20 நூற்றாண்டு ஆசியப் பஞ்சங்களில் மாண்டோர்களைக் காட்டிலும் குறைவே தான்!

விண்வெளி

'கம்மா' ஒளிக்கற்றை வெடிப்புகள்

விளைந்த நிகழ்வுகள்

நவீன காலங்களில் 1908 ஆம் ஆண்டில் ஜூன் மாதம் நடந்த 'டுங்குஸ்கா நிகழ்வே' செயல் விளைவு ஏற்படுத்திய நிகழ்வுகளில் மிகவும் பெரியதாகும்.

சூரிய கிளர் ஒளிக்கற்றைகள்

சூரிய கிளர் ஒளிக்கற்றைகள் என்பது ஓர் அரிதான நிகழ்வாகும். அப்பொழுது சூரியன் தன் கதிர்வீச்சை மிக அதிக பட்சமாக வெளியிடுன்றன. அது சாதாரண காலத்தில் வெளிவரும் வீச்சை விட அதிகமாகும். அத்தகைய சூரியக் கிளரொளிக் கற்றைகள் வெளிவந்த தினங்கள்:

ஒரு சில சூரிய கிளர் ஒளிக்கற்றைகள் :

எக்ஸ் 20 நிகழ்வு ஆகஸ்ட் 16, 1989 ஆம் ஆண்டு

அதேபோல் கிளரொளி ஏப்ரல் 2, 2001ல் ஏற்பட்ட மிக சக்தி வாய்ந்த கிளரொளி நடந்தது.

நவம்பர் 4 2003, மதிப்பளவு எக்ஸ் 40 மற்றும் எக்ஸ் 45

இதுவரை நிகழ்ந்ததில் மிக அதிக ஆற்றல் பெற்ற கிளரொளி வீச்சு கடந்த 500 வருடங்கள் இல்லாத அளவில் நடந்தது செப்டம்பர் 1859 வருடமாகும்.

சூப்பர்நோவா, ஹைப்பர்நோவா நட்சத்திரங்கள்

ஐக்கியப் பேரரசினைத் தாயகமாகக் கொண்ட 'சேரிட்டி ஆக்ஸ்பேம்' அமைப்பு பொதுப்படையாக அறிவித்தது என்ன என்றால் 2015 ஆம் ஆண்டிற்குள் 375 மில்லியன் பேர்கள் மொத்தத்தில் வெப்ப வானிலை சம்பந்தமான நோய்களுக்கு உரிய இலக்காக ஆக நேரிடும் என்று எச்சரித்துள்ளது.

காப்பீடு

இயற்கைப் பேரழிவுகள் காப்பீட்டுத் தொழிலில் மிக சிறப்பான பங்கு ஆற்றி வருகின்றது. நஷ்ட ஈடாக ஒருசில அழிவுகளுக்கு அது நிதியுதவி அளிக்கின்றது. (சூறாவளிகள், காட்டுத்தீ, போன்றன.)

பிற பெருங்கேடுகளுக்கு ஈடு செய்ய பெரிய காப்பீடு நிறுவனங்கள் தக்க முறையில் ஈடு செய்து வருகின்றன.

●

இயற்கை பேரிடர் மீட்பு என்றால் என்ன?

இயற்கை பேரழிவு மீட்பு என்பது இயற்கை பேரழிவைத் தொடர்ந்து தரவுகளை மீட்டெடுப்பது மற்றும் வணிக நடவடிக்கைகளை மீண்டும் தொடங்குவது ஆகும். இயற்கை பேரழிவுகளில் சூறாவளி, சூறாவளி, வெள்ளம் மற்றும் பிற கடுமையான புயல்கள் ஆகியவை தரவு மையத்தை பாதிக்கும் மற்றும் தரவு இழப்பை ஏற்படுத்தும்.

இயற்கை பேரழிவு மீட்புக்கு அதன் சொந்த திட்டமிடல் தேவைப் படுகிறது, ஏனெனில் பேரழிவுகள் பிராந்தியத்தின் அடிப்படையில் மாறுபடும் மற்றும் தகவல் தொழில்நுட்பம் சார்ந்த முயற்சிகளால்

மட்டுமே மீட்டெடுக்க முடியாது. சூறாவளி அல்லது சூறாவளிக்கு வாய்ப்புள்ள இடங்களில் உள்ள வணிகங்கள் தொடக்கத்திலிருந்தே இத்தகைய புயல்களை கணக்கில் எடுத்துக் கொள்ளலாம். இருப்பினும், கடுமையான வானிலை நிகழ்வுகள் உங்கள் பகுதியில் அடிக்கடி நிகழாவிட்டாலும் கூட, இயற்கை பேரழிவு மீட்புத் திட்டம் சாத்தியமான சூழ்நிலைகளை கணக்கில் எடுத்துக்கொள்ள வேண்டும்.

சூறாவளி மற்றும் வெள்ளம் போன்ற இயற்கை ஆபத்துகள் தீவிரத்தன்மையில் வேறுபடுகின்றன, ஆனால் பேரழிவு தயார்நிலைக்கு வரும்போது, மோசமான நிலைக்குத் தயாராவது சிறந்தது.

ஒரு இடம் ஒரு குறிப்பிட்ட வகை இயற்கைப் பேரழிவுக்கு ஆளானால், அந்த பேரழிவை பேரிடர் மீட்பு (டிஆர்) திட்டமிடல் செயல்முறையில் செயல்படுத்துவது கட்டாயமாகும். எடுத்துக் காட்டாக, ஒரு தரவு மையம் அறியப்பட்ட சூறாவளி

மண்டலத்தில் இருந்தால், அந்தத் தரவை அந்தப் பகுதிக்கு வெளியே அல்லது மேகக்கணியில் உள்ள இடத்திற்கு காப்புப் பிரதி எடுக்க முடியும். அந்த வகையில், முதன்மை தரவு மையம் புயலால் தாக்கப் பட்டால், தரவு காப்புப்பிரதிகள் பாதுகாக்கப்படுவது மட்டுமல்லா மல், விரைவான மீட்புக்கு பயன்படுத்தப்படலாம்.

இடம்பெயர்ந்த தொழிலாளர்கள், சேதமடைந்த வசதிகள் மற்றும் காயமடைந்த ஊழியர்களுக்கும் நெறிமுறைகள் வைக்கப் பட வேண்டும். ransomware தாக்குதல் போன்ற நிகழ்வுக்குத் தயாரிப்பதில் இருந்து வேறுபட்டது, இது பணியிடங்களைப் பயன் படுத்த முடியாததாக மாற்றும் உடல்ரீதியான சேதத்தை உள்ளடக்காது.

இயற்கை பேரழிவுகளின் வகைகள்

நோய் கட்டுப்பாடு மற்றும் தடுப்பு மையங்களின்படி, 11 முதன்மை இயற்கை பேரழிவுகள் உள்ளன: பூகம்பங்கள், நிலச்சரிவுகள், மண்சரிவுகள், எரிமலை வெடிப்புகள், மின்னல்கள், காட்டுத்தீ, வெள்ளம், சூறாவளி, சூறாவளி, சுனாமிகள், தீவிர வெப்பம் மற்றும் கடுமையான குளிர்கால வானிலை. இந்த பேரழிவுகள் அனைத்தும் ஒரு தரவு மையத்தை சேதப்படுத்தலாம் அல்லது அழிக்கலாம், மேலும் பலர் தரவு மையத்தை பணியாளர்களுக்கு பாதுகாப்பற்ற தாக மாற்றலாம்.

தேசிய சூறாவளி மையம் போன்ற ஏஜென்சிகள் சூறாவளியின் தீவிரம் மற்றும் பாதையை கணிக்க முடியும் என்றாலும், இந்த வகையான நிகழ்வுகளுக்கான தயாரிப்பு கடினமாக உள்ளது. 2017இல் மரியா சூறாவளி தாக்கிய பிறகு, பேரிடர்களைத் தொடர்ந்து தகவல் தொடர்பு சேவைகளை சரிசெய்வதில் கவனம் செலுத்தும் ஒரு இலாப நோக்கற்ற நிறுவனமான ஃபெடரல் எமர்ஜென்சி, மேனேஜ்மென்ட் ஏஜென்சி, அமெரிக்க செஞ் சிலுவைச் சங்கம், சிஸ்கோ தந்திரோபாய செயல்பாடுகள் மற்றும் நெட்ஹோப் ஆகியவை புயலில் இருந்து கற்றுக்கொண்ட DR பாடங்களைத் தொகுத்துள்ளன.

ஒரு சூறாவளியிலிருந்து மீள்வதற்குத் தயாராகும் முக்கிய கூறுகள், டிஆர் உத்திகளைச் செயல்படுத்துதல், உபகரண இருப்புக் கள், டிஆர் திட்டத்தில் பணிநீக்கத்தை உருவாக்குதல் மற்றும் கிளவுட் தொழில்நுட்பங்களைப் பயன்படுத்துதல் ஆகியவை அடங்கும். DR திட்டத்தின் கூறுகளுக்கு முன்னுரிமை அளிப்பதன் மூலம், குழப்பமான சூழ்நிலைகளில் ஒழுங்கு தீர்மானிக்கப்படு கிறது. பணிநீக்கம், காப்புப் பிரதி ஜெனரேட்டர்கள் மற்றும் செயற்கைக்கோள்கள் போன்ற உபகரண இருப்புக்கள் மற்றும் கிளவுட் அடிப்படையிலான தொழில்நுட்பங்கள் காப்புப் பிரதி பாதுகாப்பு மற்றும் ஒரு நிறுவனத்தை மீண்டும் அதன் காலடியில் கொண்டு வரக்கூடிய ஆதாரங்களை வழங்க முடியும்.

2005 ஆம் ஆண்டில் வகை 5 கத்ரீனா சூறாவளியைத் தொடர்ந்து, அதே வானிலை மண்டலத்திற்கு வெளியே உள்ள ம்யூ தளங்களைத் தழுவுவது மட்டுமின்றி, வழக்கமான பயிற்சிகள் மற்றும் மீட்பு சோதனைகளை நடத்துவது மற்றும் வழக்கமான பராமரிப்பைச் செய்வது.

சூறாவளிகளை மனதில் கொண்டு விவாதிக்கும்போது, இந்த கோட்பாடுகள் மற்ற இயற்கை பேரழிவுகளுக்கும் உதவும்.

இயற்கை பேரழிவுகள் எதிராக மனிதனால் ஏற்படும் பேரழிவுகள்

மனிதனால் ஏற்படும் பேரழிவுகள் திட்டமிட்ட செயல்கள் மற்றும் அலட்சியம் அல்லது பிழையின் விளைவாக இருக்கலாம். தீ வைப்பு மற்றும் குண்டுவெடிப்பு போன்ற தீங்கிழைக்கும் செயல்கள் வேண்டு மென்றே செய்யப்படுகின்றன, அதே நேரத்தில் எண்ணெய் கசிவுகள் மற்றும் இரசாயன ஆலை வெடிப்புகள் மனிதனால் ஏற்படும் பேரழிவுகள். ஒரு இயற்கை பேரழிவைப் போலவே, இந்த வகை யான ஆபத்துகள் வசதிகளுக்கு உடல் சேதத்தை ஏற்படுத்தும் மற்றும் கணிக்க முடியாதவை.

❖

44. இயற்கையின் அழிவு மனிதகுலத்தின் அழிவு

இயற்கையின் அழிவு என்பது மனித குலத்தினை அழிவினை நோக்கியே வழி நடத்தும் என்பதனை நிறுவும் விதமாக, பல்லுயிர் மற்றும் சூழலியல் தொடர்பான அரசாங்கங்களுக்கிடையேயான அறிவியல் கொள்கை மன்றத்தால் வெளியிடப்பட்ட அறிக்கை அதிர்வுகளை ஏற்படுத்தி உள்ளது.

'இயற்கையால் மனிதர்களின் தேவையினை மட்டுமே நிறைவு செய்ய இயலும், பேராசையினை அல்ல' என்றார் காந்தி. அதன் சான்றாக உள்ளன இந்த அறிக்கையில் சொல்லப்பட்டுள்ள தகவல்கள். குறிப்பாக, 1 மில்லியன் உயிரினங்கள் உலகில் இருந்து அழியும் தருவாயில் உள்ளன, தகுந்த நடவடிக்கைகள் எடுக்கா விட்டால் மனித இனம் தோன்றுவதற்கும் பல்லாயிரம் ஆண்டுகள் முன்பிருந்து இந்த மண்ணில் வாழ்ந்த 10 லட்சம் உயிரினங்கள் உலகில் இருந்து முற்றிலும் அழிந்து போய்விடும் என்கின்றது இந்த அறிக்கை.

இங்கு நடைபெறும் சூழலியல் சிதைவுகளும், உயிர்களின் அழிவிற்கும் மனித செயல்பாடுகளே முதன்மை காரணம் எனக்

கூறும் இந்த அறிக்கையில் உள்ள சில அவசிய தகவல்களை தொகுத்து அளிக்கிறோம்.

புவியில் மனித இனம் நிலைத்திருப்பதற்கும், வளமானதொரு வாழ்வை வாழவும் முதன்மை ஆதாரமாக இருப்பது இயற்கையும், அது அள்ளித்தரும் வளங்களும்தான். மக்கள் தொகை அதிகரித்துக் கொண்டே இருக்கும் நிலையிலும் அனைத்து உயிர்களுக்கும் தேவையான உணவும், நன்னீரும், உயிர்க்காற்றும் கிடைத்துக் கொண்டே இருப்பதன் காரணம் தொடர்ந்து இயற்கை வலிமை யாக தன்னை நிலைநிறுத்திக் கொண்டும், புதுப்பித்துக் கொண்டும் மனிதர்களுக்கான வாழ்வாதாரங்களை வழங்கிக் கொண்டே இருந் திருக்கின்றது. ஆனால், வரலாற்றில் முன்னெப்போதும் இல்லாத அளவிற்கு இயற்கையும், பல்லுயிர்களும் பெரும் அழுத்தங்களை சந்தித்துக் கொண்டிருக்கின்றன.

இயற்கையின் அழிவு என்பது மனிதகுலத்தின் அழிவு தான், ஏனெனில் இயற்கை வளங்களை எந்த தொழில்நுட்பத்தினைக் கொண்டும் ஈடு செய்ய முடியாது. இயற்கை வளங்களின் துணை யின்றி மனிதகுலம் வாழ்வதும் சாத்தியமில்லை. சுமார் 200 கோடி மக்கள் தங்களது முதன்மை ஆற்றல் தேவைகளை நிறைவு செய்து கொள்வதற்கான எரிபொருள் தேவைக்காக மரங்களை நம்பி யுள்ளனர்.

ஏறக்குறைய 400 கோடி மக்களின் மருத்துவத் தேவையினை நிறைவு செய்வது இயற்கைதான். எடுத்துக்காட்டாக புற்றுநோய்க்கு பயன் படுத்தப்படும் 70 சதவீத மருந்துகள் இயற்கையாக கிடைப்பவை, அல்லது இயற்கை மூலப் பொருட்களை கொண்டு உருவாக்கப்படு பவை.

75 சதவீதத்திற்கும் மேலான உணவுப் பயிர்களின் மகரந்தசேர்க்கை பறவைகள் மற்றும் விலங்குகளின் உதவியோடுதான் நடைபெறு கின்றது. மனித செயல்பாடுகளால் அளவில்லாமல் உமிழப்படும் கரியமில வாயுவினை உட்கிரகித்துக் கொள்வது நிலப்பரப்பில் உள்ள சூழல் அமைப்பும், கடல்பரப்பும் தான்.

மனிதர்களுக்கு தேவையான வளங்களை இயற்கை நிலையாக வழங்கிக் கொண்டே இருந்தாலும், இயற்கையின் பங்களிப்பினை பகிர்ந்து கொள்வதில் மனிதக்குழுக்களுக்கு இடையில் நிலவும் சமத்துவமின்மைதான் இன்றைய பல சிக்கல்களுக்கு காரணம். இயற்கையின் பங்களிப்புகள் அனைத்தும் ஒரு குறிப்பிட்ட மக்கள் அல்லது நாடுகளுக்கு அதிகமாகவும், ஒரு சிலருக்கு குறைவாகவும் பங்கிடப்படுகின்றது.

உலக உணவுத் தேவையினை திருப்தி செய்யுமளவிற்கு உணவு உற்பத்தி நடைபெற்றுக் கொண்டிருக்கின்றது, எனினும் உலக மக்கள்தொகையில் சுமார் 11 சதவீதத்தினர் ஊட்டசத்து பற்றாக் குறையினால் பாதிக்கப்பட்டுக் கொண்டிருக்கின்றனர். மேலும் 20 சதவீத இளவயது மரணங்கள் உணவு தொடர்பான நோய்களால் தான் நிகழ்கின்றது. 1970க்கு பிறகு உணவு உற்பத்தி மூன்று மடங்கு அதிகரித்திருக்கின்றது. உணவு பற்றாக்குறை ஏற்படுவதன் காரணம் இயற்கை அல்ல, மனிதர்கள் தான்.

மர அறுவடை 45 சதவீதம் அதிகரித்துள்ளது, வனங்களினால் 13.2 மில்லியன் மக்களால் வேலைவாய்ப்புகள் பெற்றுள்ளனர். ஆனால், இப்பொழுது மகரந்த சேர்க்கையினை நிகழ்த்தும் உயிரினங்கள் அழிந்து கொண்டே வருவதாலும், நிலப் பயன்பாடு மாற்றத்தாலும் பயிர்கள் உற்பத்தி பெரிய அளவில் குறைந்து வருகின்றது. இது மிகப்பெரிய உணவுப் பஞ்சத்திற்கு வழிசெய்யும்.

கடலோரப் பகுதிகளில், கடற்கரை சோலைகளும், பவளப்பாறை களும் அழிக்கப்படுவதால் புயல் பாதிப்புகள் தொடர்ந்து நடந்து கொண்டே இருக்கின்றது. 100 மில்லியன் - 300 மில்லியன் மக்கள் புயல் மையங்களுக்குள்தான் வாழ்கின்றனர். தொடர்ந்து கடலோரத்தில் நடக்கும் சூழலியல் சிதைவுகளால் அந்த மக்களின் வாழ்க்கை கேள்விக்குறியாகி உள்ளது.

மனிதர்கள், இயற்கை அமைப்பில் மிகப்பெரிய மாற்றங்களை ஏற்படுத்திக் கொண்டே இருப்பதால், 75 சதவீத நிலப்பரப்பு அதன் இயற்கை தன்மையினை இழந்து விட்டது. 66 சதவீத கடல் பகுதி பாதிப்பிற்குள்ளாகி இருக்கின்றது. 85 சதவீத ஏரி, குளம் போன்ற நீராதாரங்கள் தொலைந்து போய்விட்டன.

2010ல் இருந்து 2015க்கு உள்ளாக, 32 ஹெக்டேர் பரப்புள்ள உயிரிப்பன்மையம் நிறைந்த அடர்ந்த காடுகள் அழிந்து போய் விட்டன.

ஒவ்வொரு பகுதியிலும் அந்த மண்ணுக்கே உரிய தாவரங்கள் அழிக்கப்பட்டு, அயல் தாவரங்கள் பெருகி வருவதால் மரபு தாவரங்கள் பாதிப்புக்கு உள்ளாவது மட்டுமல்லாது அங்கு வாழும் மக்களும் வாழ்வாதாரங்களை இழந்து வருகின்றனர். அதுமட்டு மல்லாமல் கட்டுப்பாடில்லாத பணப்பயிர்கள் விளைவித்தலும், தாவரப்பன்மையும் அழிவதற்கான முதன்மை காரணங்களுள் ஒன்று.

2016 ஆம் ஆண்டில், உணவிற்காகவும், விவசாயத்திற்காகவும் பயன் படுத்தப்பட்ட 6,190 வகையான வளர்ப்பு நாட்டு விலங்கினங்களில் 55 வகையான நாட்டு ரக விலங்கினங்கள் அழிந்து விட்டன, 1000க்கும் மேற்பட்ட விலங்கினங்கள் அழியும் தருவாயில் உள்ளன.

மனித வரலாற்றில் முன்னெப்போதும் இல்லாத அளவிற்கு, கடந்த 50 வருடங்களில் இயற்கை சிதைக்கப்பட்டு இருக்கின்றது. இதற் கான அடிப்படைக் காரணங்கள், நிலம் மற்றும் கடல் பரப்பினை பயன்படுத்துவதில் ஏற்பட்டுள்ள மாற்றம், உயிரினங்களின் மீது ஆதிக்கம் செலுத்தி அதன் அழிவுக்கு வழிசெய்தல், பருவநிலை மாற்றம், சூழல் மாசுபாடு, அயல் தாவரங்கள் மற்றும் விலங் கினங்கள் ஊடுருவல், உற்பத்தி மற்றும் நுகர்வில் ஏற்பட்டுள்ள மாற்றம், மக்கள்தொகை பெருக்கம், தொழில் நுட்பம் என மனித செயல்பாடுகளின் விளைவுகளே.

அளவில்லாமல் வெளியிடப்படும் பசுமை இல்ல வாயுக்கள், சுத்திகரிக்கப்படாத ஊரக- நகர்ப்புற கழிவுகள், தொழிற்சாலை மாசுகள், சுரங்கங்கள் தோண்டுதல், விவசாயத்திற்காக பயன்படுத்தப் படும் வேதிப்பொருட்கள், எண்ணெய் கசிவுகள், நச்சு கழிவுகள் குவிப்பு ஆகிய சிக்கல்களால் மண்ணும், நீரும் பாழ்பட்டுள்ளது.

கடந்த 50 வருடங்களில் மக்கள்தொகை இரண்டு மடங்காக உயர்ந் துள்ளது, உலகப் பொருளாதாரம் நான்கு மடங்கு வளர்ந்துள்ளது,

உலக வணிக சந்தை 10 மடங்கு பெருகியுள்ளது, இவை அனைத்தும் ஒருங்கிணைந்து ஆற்றல் தேவைகளை அதிகரித்துள்ளது.

பழங்குடிகள் அல்லது மண் சார்ந்த மக்கள் வாழும் பகுதிகள் எடுத்துக்காட்டாக மீனவர்கள், வனப் பழங்குடிகள் ஆகியோர் வாழ்கின்ற பகுதிகளில் இயற்கை சுரண்டல்கள் நடைபெற்றதில்லை. அவர்களின் வாழ்வியல் இயற்கையோடு இயைந்ததாக இருந்தது. ஆனால், தற்போது மண்சார்ந்த மக்களின் வாழ்வியல் பாதிக்கப்பட்டுள்ளது. இயற்கையில் ஏற்படும் மாற்றங்கள் முதலில் மண் சார்ந்த மக்களின் வாழ்வில் தான் தாக்கங்களை ஏற்படுத்தும்.

ஆக, இந்த அறிக்கையின்படி மண், நன்னீர், கடல் என இயற்கை அமைப்புகள் தொடங்கி புழு, பூச்சி இனங்கள், ஊர்வன, மீன்கள், பறவைகள், பாலூட்டிகள் என பல்வகை உயிர்களில் இருந்து

பழங்குடிகள் வரை அழிவை சந்திக்கின்ற நிலை உருவாகி இருக்கின்றது. இதற்கான முதன்மை காரணம், மனிதர்களின் முறையாக திட்டமிடப்படாத வளர்ச்சி தொழில்நுட்பங்களும், மீநுகர்வு போக்கும், இயற்கை வளங்களை நியாயமாக பகிர்ந்து கொள்ளாத சுரண்டல் மனப்பான்மையும் தான் என்கின்ற இந்த அறிக்கையினை தயாரித்த குழு உலகம் முழுக்க உள்ள அரசுகள் ஒன்றிணைந்து நிலைத்த சமூக பொருளாதார வளர்ச்சி கொள்கைகளை திட்டமிட வேண்டும் என்ற கோரிக்கையினை வலியுறுத்தி திட்ட கொள்கை வரைவுக்கான அறிவுரைகள் அடங்கிய அறிக்கையினை தயாரித்துள்ளது.

தொடர்ந்து இயற்கையும், இயற்கை சார்ந்து வாழும் உயிர்களும் அழிக்கப்பட்டு கொண்டே வருவதால், மனித இனம் மிகப்பெரிய, நினைத்து பார்க்க இயலாத அளவிற்கு ஆபத்துக்களை சந்திக்க வேண்டி இருக்கும் என்பதால் உலக அரசுகள் ஒன்றிணைந்து, நிலைத்த நீடித்த வளர்ச்சிக்கு கொள்கைகளை வகுத்து நடைமுறைப் படுத்த வேண்டிய கட்டாயத்தில் இருக்கிறோம் என்றும், அரசுகள் வளர்ச்சித் திட்டங்கள் வகுக்கும் பொழுது கவனத்தில் கொள்ள வேண்டிய அம்சங்களையும் கொள்கை வகுப்பாளர்களுக்கான அறிக்கையில் பட்டியலிட்டுள்ளது பல்லுயிர் மற்றும் சூழலியல் தொடர்பான அரசாங்கங்களுக்கிடையேயான அறிவியல் கொள்கை மன்றம்.